MAAJABU YA SANDUKU LA DHAHABU

• • • •

Furaha na huzuni kwenye maisha yaliyounganishwa
Na safina na yaliyomo ndani yake

Doris Irish Lacks

Haki zimehifadhiwa. Hairuhusiwi kutoa nakala au kuzalisha kitabu hiki au sehemu ya kitabu hiki kwa namna yoyote ile, isipokuwa kama imeruhusiwa kisheria, bila ya ruhusa ya maandishi ya mchapishaji, isipokuwa mhakiki ambaye anaweza kunukuu kifungu kifupi katika hakiki.

Mwandishi anachukua jukumu kamili la usahihi wa ukweli wote na nukuu kama ilivyoonyeshwa kwenye kitabu hiki. Mawazo yaliyoelezwa kwenye kitabu hiki ni mtazamo na tafsiri binafsi za mwandishi, na haziakisi na mtazamo wa mchapishaji.

Kitabu hiki kinatolewa kwa uelewa kwamba mchapishaji hajihusishi na kutoa ushauri wa kiroho, kisheria, kiafya au ushauri mwingine wa kitaalamu. Kama ushauri wa mamlaka unahitajika, msomaji anapaswa kutafuta ushauri kwa mtaalamu aliyebobea.

Imechapwa na
TEACH Services, Inc.

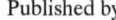

Copyright © 2020 Doris Irish Lacks
Copyright © 2020 TEACH Services, Inc.
ISBN-13: 978-1-4796-1185-0 (Paperback)
ISBN-13: 978-1-4796-1186-7 (ePub)
Library of Congress Control Number: 2019919956

Published by

www.TEACHServices.com • (800) 367-1844

KUMBUKUMBU

● ● ● ●

Walter Lacks, mume mvumilivu ambaye aliniona nikipambana na maudhui haya kwa muda mrefu hatosoma kitabu hiki, lakini mtazamo wake mzuri umeandikwa katika kila ukurasa.

SHUKRANI...

• • • •

Kwa ndugu wote pamoja na marafiki ambao waliniruhusu kukaa kwenye meza zao au kwenye sakafu zao kufanya kazi hii—Alice Little, Randy na Krystle Maddox, Barbara "Bright City" Kopp, na wingineo, na wakati mwingine nikijifunza nilifanya kazi usiku kucha, kisha kupata kuituma kwa ajili yangu. Roger Ferris na Brian Strayer, walisahihisha makosa yangu na kunifundisha zaidi. Na asante kwa wote waliosema, "Vizuri, fanya haraka! Siwezi kusubiri kukisoma"

YALIYOMO

● ● ● ●

Utangulizi . . . . *vii*

SURA 1: Dunia njia panda—jinsi ilivyoanza 9
SURA 2: Mkimbizi 13
SURA 3: Mungu anaonyesha na kusema 19
SURA 4: Majaliwa yanaendelea 25
SURA 5: Makaa ya mawe yaliyonyakuliwa kutoka kuchomwa 31
SURA 6: Panya wa rangi ya dhahabu 35
SURA 7: Uzza 39
SURA 8: Ziara 42
SURA 9: Ushauri wakataliwa .47
SURA 10: Historia kileleni 54
SURA 11: Makuhani wawili 57
SURA 12: Kuvunjwa kwa gereza 62
SURA 13: Yohana mfunuaji 68
SURA 14: Mwanga kwenye giza—Hiram Edson 73
SURA 15: Jiwe lililobadilisha maisha ya binti mdogo 78
SURA 16: Sheria mbili 85
SURA 17: Wewe utaishia wapi? .88

Hitimisho 97
Marejeleo ya biblia kwenye sanduku
la dhahabu la maajabu 99

UTANGULIZI

• • • •

Huu ni wema au uovu? Tunakutana na hilo swali kila siku. Katika historia ya tamaduni mbalimbali duniani kote wanaangalia kiini cha kuishi kwa wema kwa njia nyingi mbalimbali. Hata ndani ya vikundi na dini *wema* na *uovu* unachukua maana mbalimbali.

Lakini kuna kanuni kumi za ulimwengu ambazo zinaweza kumshawishi kila mtu katika ulimwengu huu kama zitafuatwa, na zitaokoa maisha, zitazuia vita, na kusaidia amani kutawala kila mahali. Kanuni zile zilizoandikwa kwenye jiwe maelfu ya miaka iliyopita kwa kidole cha Mungu. Hadi leo hii zimefichwa kwenye pango mahali fulani Mashariki ya Kati.

Zimewekwa kwenye sanduku la dhahabu, na ingawa zimefichwa, zinashawishi maisha ya watu waliotajwa kwenye kitabu hiki, historia ya mataifa, na hata maisha yako binafsi.

SURA 1
DUNIA NJIA PANDA— JINSI ILIVYOANZA

• • • •

Wakati Fulani miaka 4000 Kabla ya Kristo...

Ninaitwa Gabriel, ni moja ya malaika walio karibu na Muumba wangu, baba Mungu. Amenichagua mimi kuangalia matendo ya malaika mbinguni na duniani. Sasa, nataka kukuambia historia ya vita kubwa kati ya Mungu na shetani katika dunia yenu na jinsi inavyohusika na lile sanduku la dhahabu na sheria ndani yake—sanduku ambalo ninyi watu wa duniani mmejaribu kulitafuta kwa karne. Ilianzia mbinguni. Ngoja niwaeleze kilichotokea:

Kwa makelele na maapizo shetani na malaika wake waliondoka. Kwa kauli ya mwisho ya Muumba wa Ulimwengu waliondoka. Machozi yake yalionyesha moyo wake uliopasuka, ila maamuzi matakatifu yaliosha uso wake. Sisi malaika tuliangalia kwa mioyo mizito pia jinsi walivyoondoka mbinguni. Kwa hasira, ugumu na uasi katika nyuso zao, shetani na kundi lake waliondoka katika kimo cha mbinguni na walirushwa juu ya dunia mpya iliyoumbwa. Sisi malaika tuliweza kufikiria ni matatizo gani wangeenda kuyasababisha chini huko. Tuliangaliana kila mmoja, tukishusha pumzi, na kutingisha vichwa vyetu. Tulisikitika, ila tulifarijika.

Kapteni wetu, Yesu, alisimama kwa muda akiangalia kwenye anga; alijaribu kwa nguvu sana kuweka familia ya malaika wake pamoja. Baada ya kujitetea sana, kushawishi na kuonya, chuki zao mbovu zilizidi kuwa mbaya kwa miezi, na ilionekana kuna jambo moja tu la kufanya: kusafisha mbingu yenye ushetani uliochipuka na kuwa kama mzabibu mkubwa mno wenye kukaba roho, uliotambaa chini ya ardhi, unaotishia na kutwaa chochote kinachofikiwa na kikonyo chake.

Shetani na mimi tumekuwa marafiki kwa zama nyingi zilizopita, tangu zamani tuliumbwa kwa maneno yasiyo makali ila yenye nguvu ya Mungu. Tulipewa kazi ya kuwa watumishi wake wa karibu, tulio kwenye upande wake muda wote, siku zote tukimthamini na kumpenda yeye kwa mambo yote mazuri aliyokuwa akiyafanya. Kila mtu alipewa vipaji mbalimbali vya huduma, kwakuwa tulikuwa mamilioni na malaika wenzetu siku zote walikuja na kuondoka kwa uelekeo maalum kama jinsi namba ya wakazi duniani ilivyoongezeka. Zawadi yangu maalum ya kiroho ilikuwa ni huruma na uwezo. Zawadi ya shetani ilikuwa ni muziki na uzuri. Sisi sote tulifanya kazi pamoja chini ya maelekezo na busara ya Mungu, tukisaidia kuifanya mbingu na sayari sehemu zenye furaha na upendo.

> *Zawadi yangu maalum ya kiroho ilikuwa ni huruma na uwezo. Zawadi ya shetani ilikuwa ni muziki na uzuri. Sisi sote tulifanya kazi pamoja chini ya maelekezo na busara ya Mungu, tukisaidia kuifanya mbingu na sayari sehemu zenye furaha na upendo.*

Lakini kuna kitu kilitokea. Siwezi kuelezea. Kwa nini shetani alianza kulalamika kwangu kuhusu vitu fulani ambavyo Mungu alivifanya vilikua juu yangu. Nilijaribu kuelezea hekima ya maamuzi ya Mungu. Lakini alisema "kama ningekuwa …" Nilijaribu kumpa sababu lakini mambo yalikuwa mabaya. Kapteni wetu, mwana wa Mungu, ambaye alikuwa rafiki wa karibu kwetu sote, alijaribu pia kuelezea vitu, kazi aliyoifanya kwa miezi, akijaribu kumpa sababu, za mambo mbalimbali ambayo kwangu mimi, yalikuwa si kitu bali ni tamaa ya makuu isiyo na thamani kutoka kwa kiumbe aliyeumbwa akibishana na muumbaji wake.

Sio tu ilichukua muda wa thamani wa kapteni wetu, lakini shetani alianza kuongea na malaika wengine, akihamaki ya kuwa kama yeye ndiye angekuwa anaendesha mambo hali ingekuwa tofauti. "Kwa nini, Kama kila mtu ni mzuri, kuna haja ya kuwa na sheria? Kwa nini kila malaika asingefuata mipango yake badala ya kutumwa muda wote? Kama kila mtu ni sawa kwa nini Mungu na mwana wake wanaagiza kila mtu kuzunguka pande zote? Wanakuwa wanajikweza. Kwa nini kuna ulazima wa kuwa na kitu kama serikali?"

Dhamira ya shetani ilikuwa ya kujiwekea malengo. "Nitakuja kuwa Mkuu aliye juu. Nitafanya vyema nikifika hapo," alimwambia kila aliyesikiliza.

Yesu, kapteni wa jeshi, aliendelea kusaidia na kuongoza, lakini muda ulifika ambao shetani aliazimia vita. Aliandikisha theluthi ya malaika kwa kuwashawishi kuwa Mungu baba hakustahili heshima, na kuwa Yesu ni tapeli na lile taji la ufalme linaweza kuchukuliwa. Kiukweli sikujua kwa nini alifikiri anaweza kushinda vita, lakini mwisho, pale Mungu na sisi wote tulipokubaliana kuwa sasa imetosha, shetani na malaika wake walifukuzwa kwenda duniani. Na tulifarijika.

Lakini faraja haikuwa ya muda mrefu. Uasi mkuu ulidhamiria kuiteka sayari ya dunia, sehemu yenye uzuri usioelezeka, kila mfumo wa asili ulifanya kazi sawia kabisa kwa ajili ya utendaji kazi mwepesi na endelevu wa maisha. Kama alifikiri angeweza kuvifanya vyote hivyo viendelee yeye mwenyewe, basi alikuwa mwendawazimu zaidi ya tulivyofikiri.

Lakini aliamua kuibadilisha dunia kuwa himaya yake, na viumbe wa dunia kuwa watumishi wake. Aliwadanganya mwanamume na mwanamke wa kwanza, akiingilia uumbaji timilifu wa Mungu. Chaguo lao la kugusa na kula tunda la mti uliokatazwa, liliweka alama na muhuri wa makusudio ya asili ya binadamu. Kwa kurithi mwelekeo, watoto wa kila kizazi waliharibikiwa mpaka dunia ya asili na asili ya mwanadamu iliogofya, iliharibika, ililemaa na kwa kukosa matumaini ilielelea kuharibiwa kabisa. Shetani aliweka chuki ndani ya moyo wa mwanadamu kwa sheria ya mapendo na kuibadilisha na ya kwake ya kujipenda mwenyewe. Lakini kwa kuombewa na Mungu na Mwana wake dunia iliangamizwa.

Wakati mwingine Mungu Baba aliniambia, "Gabriel, nenda kule chini ukasaidie zile nafsi zenye matatizo." Sasa basi nilitokea kwa wanaume, wanawake na watoto. Nilienda chini duniani hata kwa Yesu mwenyewe aliponihitaji. Sisi malaika muda wote tulienda kuwasaidia wana wa dunia, hasahasa wale waliojaribu kufanya yaliyofaa. Tulipewa uwezo wa kujibadilisha na kutokea kama binadamu ili kusaidia. Lakini shetani na malaika wake walipewa uwezo sawa wa kujibadilisha kuwa watu na hata kujifanya kama wale waliokufa. Walijaribu kudanganya, kuiba, kuua na kuharibu kila mtu.

Shetani aliwaambia malaika wake wanaomfuata," Kama ataweza kumfanya Yesu afanye makosa akiwa kama binadamu duniani, basi atashinda vita. Kama atamharibu kila kitu kitakuwa chake."

Wakati Yesu anakufa msalabani, shetani alifikiri amepata ushindi. Lakini siku ya tatu, Yesu alifufuka kutoka wafu, na ufufuo ule ulipigwa chapa kuangamizwa kwa shetani.

Kristo aliahidi atarudi duniani kuwaokoa wale waliojitoa kwake. Haijulikani siku wala saa ya kuja kwake Mungu pekee ndiye ajuaye. Lakini mpaka atakaporudi mawinguni, shetani na malaika wake wanafanya kazi kwa kuugua kuharibu kila mtu na kila kitu.

SURA 2

MKIMBIZI

• • • •

1517–1491 Kabla ya Kristo…

Mahali fulani mashariki ya kati sanduku la dhahabu lilifichwa, yaliyomo ndani yake yana thamani kubwa Zaidi ya dhahabu, rubi, na lulu. Kujifunza kuhusu hazina hii ya thamani kubwa mno, lazima tuchunguze maisha ya mtu mmoja, hasa yule anayehusiana na chanzo na historia ya mwanzo ya hii hazina iliyofichwa. Jina lake aliitwa Musa…

Tangu usiku ule kwenye kasri giza lilipozuka mwana mfalme, na umbo lake refu, aliinama kwa woga, akisogea haraka kutoka kwenye ukungu hadi giza kupitia jiji lililopooza kuelekea shamba. Mara moja bila ya mlolongo wa taarifa, Musa alitoka mbio, akitumia njia ndogo iliyotumika. Upepo wa jangwani ulipuliza mchanga usoni mwake, lakini miaka mingi ya mafunzo ya kijeshi ilimuandaa kwa ugumu wa safari, kwa kawaida za farasi wa kiarabu, ila sasa kwa miguu.

Mara punde neno la uhalifu wake litakapomfikia babu yake, mfalme, jeshi lote la Wamisri watakuwa wakimfuata. Amewezaje kutoroka? Moyo wake ulidunda kutokana na ugumu na uchungu akiwaza matendo yake. Aliwezaje kufanya kitu kama hiki? Ameua mmoja wa viumbe wa Mungu; ilifanyika wakati wa hasira. Baada ya kugundua msimamizi wa Kimisri alimpiga mmoja wa watumwa wa Kiyahudi, alimpiga Mmisri, mtumwa akatoroka, na tendo likatimizwa. Huu ulikuwa mwanzo wa kampeni yake ya kuwaweka huru watumwa, Wayahudi wenzake. Kwa haraka aliuzika mwili kwenye mchanga kabla ya mtu yeyote kumuona.

Lakini kuna mtu alimuona. Wakati anasimamia ujenzi siku iliyofuata, Wayahudi wawili walipigana kwa hasira, na aliwaamuru warudi kufanya kazi. "Hivyo utaniua kama ulivyomuua yule Mmisri jana?" alisema kwa hasira mtu mmojawapo.

Ghafla huo ndio ulikuwa mwisho wa kampeni yake; lengo lake la maisha la kuwapeleka watu wake kwenye nchi ya ahadi lilienda kombo. Hata damu yake mwenyewe sasa ilimchukia. Aliondoka kuelekea mbali kwa utulivu iwezekanavyo, akijua anatakiwa kuondoka kwa namna fulani, lakini wapi? Kule chumbani kwake kwa haraka alikusanya vifaa kwenye begi dogo ambavyo aliweza kuvificha chini ya nguo zake. Kwa mara nyingine mafunzo yake ya kudumu yalimlipa.

Watamfanyaje mama yake? Binti wa mfalme alianza kumpenda mara tu alipomuona, mtoto wa miezi mitatu, akielea ndani ya kikapu kidogo kwenye matete. Alimchukua mara moja na alisimamia muda wake wa kujifunza kama mrithi wa kiti cha mfalme wa ngome yenye nguvu zaidi ndani ya Mediterania.

Watamfanyaje Jochebed, mama yake wa kibaolojia? Watamuuliza maswali? Moyo wake uliuma kwa ajili yake, mwanamke mdogo mnyenyekevu ambaye Imani yake ipo kwa Mungu wa mbinguni ambaye alijua amejifunza kanuni za uzima wa kweli. Binti wa mfalme alimuajiri kumfundisha mtoto mdogo, labda akijua kuwa ni mama yake. Moja ya kanuni hizo haikuwa kuua.

Kwa mawazo hayo nguvu zake ziliisha na alianguka kwa bumbuwazi. Atawezaje kuendelea mbele? Amemkosea Mungu ambaye amempa vingi sana. Amewezaje kuwasaliti watu wake mwenyewe akifikiri anaweza kuwaweka huru kwa vurugu? Alitaka kusema kitu kwa Mungu, lakini atawezaje? Na labda Mungu asingemsikiliza kwa njia yeyote. Alikuta kichaka kidogo kwenye mbalamwezi na alijifunika na joho lake, alijikunja na alilala usingizi mzito.

Baadae, aliamka ghafla, akiruka juu, akifikiri kuna mtu alikuwa anakuja. Ni nini hicho? Labda kiumbe cha usiku. Lakini sasa alijitayarisha kuanza tena. Ilikuwa ngumu kuona, lakini alifanikiwa kutoka na njia ndogo kwa mbalamwezi. Alifuata nyota maili nyingi kusini mashariki na sasa alikuwa mbali zaidi na njia kuu za usafiri ambazo Wamisri hakika wangepitia katika kumtafuta.

Kwa mchana na usiku wa siku kadhaa, alitembea, miguu yake ilianza kuuma. Lakini alijua ni lazima aendelee kujikokota. Sasa basi akija kutokea kambi ya Bedui, alikaribishwa na muonekano wa chemchem za kipindi, ambapo atajaza maji begi lake la ngozi ya mbuzi hata pia kuloweka miguu yake.

Hivi punde, mandhari ilianza kubadilika kutoka jangwa la mchanga hadi vilima, kisha milima. Mwisho alikutana na majani mazuri, mifereji midogo, vichaka vya kijani, na miti iliyosomama mara moja moja. Kundi la kondoo lilitokea, wakichungwa kwenye majani mabichi. Alisikia sauti ya mtu, na salamu ya mchungaji ilisikika vizuri kwenye masikio yake mapweke.

Milima ya Midiani … Mama yake alishawahi kumwambia ana kaka yake Midiani. Lakini wapi? Midiani ilikuwa ni sehemu kubwa. Na alikuwa amepotea—kwenye njia nyingi zaidi ya moja. Asubuhi ile alisimama kwa mshangao alipomuona mchungaji wa kike wa kwanza. Akagundua kuwa ni wa kwanza kati ya wengi. Katika dimbwi moja la maji, aliwaona wachungaji wa kike kadhaa. Walikuwa wanaangalia kundi kubwa la kondoo. Walionekana wanagombana na wanaume fulani. Aliangalia. Majadiliano yalionekana yanahusu nani anamiliki dimbwi lile la maji. Wachungaji walionekana wakijaribu kuthibitisha utawala wao kwa nguvu zaidi isiyotakikana, lakini wasichana walisimamia msimamo wao, hadi vitisho na makelele vikajaza bonde lile lenye amani.

Kundi lote la wachungaji lilinyamaza baada ya mfalme mwenye umbo refu akiwakaribia.

"Kwa nini mnabishana? Kuna maji mengi ya kuwatosha kondoo wote hawa!"

Mwisho, uwepo wa amri ya Musa ndani ya vazi lake la Kimisri ulisababisha wachungaji warudi nyuma. Wasichana walimaliza kunywesha na walianza kwenda nyumbani. Walirudi, kwa hali yoyote, walimshukuru mgeni yule kwa kuingilia, na walimuuliza, "umetokea wapi?" na "Unaelekea wapi?" … swali analoweza kujibu kwa mashaka tu. Lakini walipenda muonekano wake, utaratibu wake, uangaliaji wake wa moja kwa moja, na utamaduni wake wa kuongea, sana hadi walimwambia baba yao walipofika nyumbani.

Musa alikuwa amejihifadhi kwa usiku kwenye miti fulani karibu na bwawa alipoangalia na kuwaona wasichana wanarudi.

"Baba yetu amekukaribisha uje nyumbani kula na sisi na kukaa usiku". Wasichana walionekana kama wamefurahia lile wazo na Musa alihisi moyoni mwake.

Wakati wanaume wale wawili walivyokutana na kuongea, walionekana wana kitu kinachowaunganisha kisichoonekana kati yao.

Jinsi mwanaume yule wa makamo alivyouliza maswali, Musa alijaribu kuyakwepa kama alivyofanya kwa wasichana. Lakini Jethro (Reuel) aliuangalia kwa ukaribu uso na macho ya Musa na kusema, "Unajua, nina dada anaishi Misri. Alikuwa na kazi ya kumlea mtoto wa kiume wa kuasili wa binti wa mfalme. Amekua sasa, na naelewa amekuwa jemedari mwenye mafanikio na mrithi wa kiti cha mfalme …" Jethro aliinamisha kichwa chake kidogo, macho yake yakiwa sawa kwenye uso wa Musa.

Ilionekana kwa Musa kwamba macho ya Jethro yalipenya kwenye roho yake. Musa alishikwa na mshangao. Anajua! Moyo wake uliruka.

Ilionekana kwa Musa kwamba macho ya Jethro yalipenya kwenye roho yake. Musa alishikwa na mshangao. Anajua! Moyo wake uliruka.

Jethro aliendelea, "Kwa kweli unafanana kidogo kama …"

"Wewe ni kaka wa mama yangu? Wewe ni mjomba wangu?" Hiyo ilikuwa ni nafuu kwa Musa. Huyu mwanaume mkarimu na mwenye busara ni familia yangu mwenyewe!

"Kijana wangu, kwa nini upo hapa? Kwa nini upo mbali na nyumbani kwako na majukumu yako?"

Kwa uelewa na matumaini kutoka kwa Jethro, Musa alielezea kisa chake.

Usiku ule Musa akijiandaa kulala nyumbani kwa mjomba wake, alijua Mungu amemuelekeza sehemu salama, na amesikia maombi yake ya kutubu, na kuona Machozi yake, na akamuokoa. Alijua sasa Mungu hajamuacha peke yake.

Kwa miaka arobaini, Musa alilinda kondoo wa Jethro. Kwa kipindi chote hicho, aliandika mengi. Chini ya uwezo wa Roho mtakatifu wa Mungu, na maarifa yake ya historia, aliandika kitabu cha Mwanzo. Pia alimuoa Zipora, mmoja kati ya wale wachungaji saba wa kike, na wana watoto wawili wa kiume.

Siku moja Wakati anahangaika na kondoo wake kutafuta malisho mabichi, aliona kichaka sio mbali sana ambacho kilikuwa kinawaka moto mkali sana, lakini cha ajabu kilikuwa hakiungui. Alikisogelea ili kuangalia kwa ukaribu, na aliposogea sauti ilikuja kutoka mbinguni ikisema; "Vua viatu vyako kutoka miguuni mwako, kwa kuwa sehemu uliyosimama ni ardhi takatifu!"

Kuanzia hapo, Musa alijifunza kuwa lile lengo lake la maisha la kuwaweka huru watumwa wa Kimisri linaweza kutimia—kama atafanya kwa njia za Mungu na sio njia zake.

Hivyo, kuanzia huu mwanzo, Musa alirudi kwenye mahakama ya Farao kuwaombea Waisrael, na mwanzo alikataliwa. Alifuata maelekezo ya Mungu ya kurudi muda kwa muda, kwa miezi tauni kumi ambazo zilipunguza nguvu na idadi ya watu wa Misri kabisa. Watumwa wa Kiyahudi, hawakuguswa na tauni, mwisho walifikia uhuru wao kwa kuvuka bahari nyekundu kwenye ardhi kavu.

Kutoka kilele cha mlima Sinai Musa alipokea Amri Kumi zilizoandikwa kwa kidole cha Mungu mwenyewe, kanuni za maisha kwa wanadamu wote. Pia alipokea maelekezo ya kujenga hekalu dogo zuri ambapo Mungu angeishi na watu wake. Ndani ya hekalu hili kulikuwapo na vipande vya samani, alama ya maisha ya kiroho, moja ya samani hizo ilikuwa ni sanduku la dhahabu.

SURA 3
MUNGU ANAONYESHA NA KUSEMA

● ● ● ●

1491 Kabla ya Kristo

Mioyo milioni tatu ilisimama wima. Kwa kuhema kimya watumwa walioachiliwa waliangalia mawingu yakishuka taratibu. Watoto wadogo walionyesha. Baada ya miezi Saba ya kufanya kazi kwa bidii na wasiwasi na kujitolea, waliangalia. Mungu atakubali kazi yao—hekalu jipya la hema Aliloamuru lijengwe ili aishi nao? Sasa wingu lenye kung'aa lilielea chini kuelekea hekaluni watu walitetemeka. Pole pole na sasa liliingia kupitia mlango wenye mapazia. Imekubaliwa!

Watu walihema taratibu tena, lakini hawakujua kama wasali taratibu kwa ajili ya shukrani au waimbe na kupiga makelele. Walifanya vyote.

Wanaume watatu walioongoza ujenzi kusimama pamoja: Musa ambaye alipokea maelekezo kwenye mlima wa karibu; Bezaleel, meneja wa mradi; na Aholiab, msaidizi wake. Waliangaliana kwa tabasamu la ushindi.

Musa aliweka mikono yake kwenye mabega ya Bezaleel na Aholiab, "Asanteni nyote sana kwa juhudi zenu, hasa hasa kwa kuwaelekeza wafanyakazi wote."

Ngoja tumsikilize Bezaleel, meneja wa mradi, aeleze uzoefu wake: "Fikiria mshangao wangu miezi saba iliyopita, pale Musa aliponitumia ujumbe wa kuja kumuona—kiongozi wa mamilioni—hodari, macho safi, mwenye nguvu kimwili na kiakili kwa miaka yake nane. Ilikuwa ni heshima ilioje kukaa na mtu kama yule! Lakini Kwa nini nilikuwa pale, msanii mnyenyekevu, ambaye ni vigumu kujulikana na kila mtu? Kuna wachache waliokuwa wananitambua kama mjukuu mkubwa wa Kalebi, moja ya majasusi kumi na mbili ambao waliitafuta nchi ya ahadi na kurudi na ripoti nzuri.

Taarifa niliyoipokea ilinifikirisha zaidi. Nimechaguliwa na Mungu mkuu mwenye enzi kufanya kazi moja kwa moja chini yake! Nilianza kwa kuduwaa kwa mshangao kwenye maongezi maalum na Musa kwamba nitakuwa meneja wa mradi ambao labda ni muhimu zaidi, muundo wa alama ambao haujawahi kujengwa kwenye historia: sehemu ya kwanza ya kumngojea Mungu duniani!

Alinionyesha ramani alizochora wakati anakaa kwenye mlima Sinai, futi 7500 juu ya ardhi ya jangwa, zilikuwa zenye eneo kubwa, na maelezo kwenye kila kipimo. Orodha ya malighafi zinazoitajika ... uelekeo ... vyote viliandikwa kwa mkono juu ya mlima ule wa mawe mawe! Kila kitu kilielezwa kwa michoro—isipokuwa ni jinsi gani itafanikishwa. Njia, muda ... hiyo ilikuwa kazi yangu.

Ndio! Kama Mungu ameniambia nifanye kitu, basi ilikuwa ni muhimu kukifanya, tena kukifanya vizuri. Mara moyo wangu na akili ulijawa na ushupavu.

Akili yangu ilianza kufanya kazi. Kama Mungu wa mbinguni ameniita mimi kufanya, basi atanipa na busara ya jinsi ya kufanya?

Nilistaajabu kama kuna Wamisri fulani walivuka bahari nyekundu na kusafiri nasi kwenye mapori na walikuwa wataalamu na mafundi stadi, Mungu ameniita mimi, mwenye uzoefu wa kutengeneza matofali tu. Aliniahidi vipaji vya busara, sanaa na uongozi. Pia alinichagulia msaidizi, Aholiab Muisraeli mwaminifu.

Ndio! Kama Mungu ameniambia nifanye kitu, basi ilikuwa ni muhimu kukifanya, tena kukifanya vizuri. Mara moyo wangu na akili ulijawa na ushupavu. Nilianza kazi mara moja, kuita malighafi: kitani nzuri kutoka Misri, mbao za mgunga kutoka kwenye kingo za mto, ngozi za wanyama, rangi kutoka kwenye mimea na makombe, dhahabu na fedha, vito vilivyoletwa kutoka Misri. Oh! Jinsi gani inasisimua, jinsi gani itaenda kuwa nzuri! Watu waliitikia kwa ukarimu uliozidi. Itabidi nisimamie vyote: almasi, vioo vya shaba, vitanda vya mfumi na donge la kitani nzuri. Mafundi stadi wa kujitolea wake kwa waume walikuja, wenye ujuzi wa kufua chuma, kufuma, kukata vito, kutarizi, kusokota manyoya ya mbuzi na kuunga ngozi za wanyama wa baharini.

Kila stadi ilifanyika kwenye eneo lake na malighafi, vifaa na uhifadhi. Kazi yangu ilikuwa ni kuratibu, nilishangazwa na uvumbuzi wa wafanyakazi, shauku yao na utayari wao wa kufuata maelekezo ya barua.

Msaidizi wangu, Aholiab, alichukua nafasi kwenye kusimamia na sote tulifanya kazi kwa mikono yetu, kulingana na mpango. Musa mwenyewe alizunguka, akifurahia maendeleo anayoyaona, na kuwapa moyo wote, na alipokea kwa zamu. Kila siku tuliona maendeleo.

Ijumaa mchana, sote tulitengeneza sehemu yetu ya kazi, tukasafisha na kuweka mbali vifaa vyetu, tukahifadhi malighafi na kumaliza kazi, na tukajisafisha wenyewe kwa muda ili kukutana na Mungu wa Sabato wakati jua linazama. Siku ya saba ilitumika kuabudu, kusali, kuimba, kula, na kutumia muda na familia zetu na marafiki, na kuhitaji zaidi kupumzika kutokana na kazi, biashara na kuitunza dunia. Farao, kule Misri, hakutuacha tupumzike hata siku moja na alituongezea kazi tulipoomba kupumzika Sabato hadi tulidhani tutakufa. Wengine walikufa.

Mwisho wa miezi saba, chini ya matumaini na maelekezo ya Musa, tulimaliza kujenga hema takatifu—makazi ya Mungu—pamoja na samani zake na vya ndani yake. Muda wa sherehe kubwa za kuandamana na ibada uliwadia.

Ngoja nikuambie kilichotokea. Wakati wa maombi yetu ya kujitolea, wingu kubwa lilishuka chini, wingu lilelile lililotukinga sisi na joto wakati wa mchana na baridi wakati wa usiku kipindi chote cha safari yetu kwenye huu mlima unaoitwa Sinai. Wakati maelfu yetu tukisimama na kuangalia, tukiingiwa na woga, taratibu wingu lile liliingia ndani ya jengo letu jipya na kubaki humo! Uwepo wa Muumba wa mbingu na dunia kukubali kwa furaha makazi yake pamoja na sisi, watoto wake.

Tulishangilia! Uso wa kila mtu uliwaka kwa ridhaa na matumaini mapya. Hata wanawake waliotoa vioo vyao vya shaba kwa ajili ya malighafi za kujengea, walionekana vizuri zaidi ya mwanzo, nyuso zao ziling'aa kwa uaminifu na kuridhika!

Ngoja nikuonyeshe makazi ya Mungu wetu.

Hapa unaona mahakama iliyozungukwa na uzio wa kitani nzuri za kifahari. Hii ilitengenezwa na nyuzi nzuri 250 zilizofumwa pamoja kwa kila inchi, na bado kilikuwa kinaangaza. Wamisri walipenda kuwavika wake zao magauni yaliyotengenezwa na kitani kizuri kilichochorwa kupitia kidole cha pete. Kitani hiyo tulipewa na mkuu wetu wa watumwa tulipokuwa tunaondoka Misri. Ninaamini Mungu mwenyewe aliwashawishi kufanya vile-bila ya hivyo wasingeondoka na kitambaa kilichosanifiwa vile.

Hapa ndani ya mahakama imekaa altare kubwa. Mdhambi anayetubu anaingia ndani na kondoo, anaweka mikono yake juu ya kichwa cha kondoo na kutubu makosa yake, halafu kwa kisu kikali, anakataa koo lake. Kondoo anakufa kimya na taratibu. Kuna hisia mchanganyiko kwa mtu kuangalia mnyama asiye na hatia kufa Mahali pake, lakini kanuni imewekwa. Halafu mtawa atachukua sehemu ya damu ya kondoo kwenye bakuli. Halafu itachomwa juu ya altare. Kondoo anashika nafasi ya mdhambi na kulipa hatia yake, pia inaashiria Masia atakuja, na atajitoa mwenyewe kwa dhambi za wote watakaotubu kwa moyo safi.

Na hapa ni msala wenye maji kwa ajili ya kumnawishia mtawa miguu na mikono yake, kumuandaa kuingia kwenye hekalu takatifu, pande za hekalu ni mbao za mgunga (mbao zisizooza wala kuliwa na wadudu tulizotoa pembezoni mwa mto) zilizofunikwa na dhahabu halisi. Sakafu ya hekalu takatifu imefunikwa na matandazo kadhaa. Lile la juu ni manyoya ya mbuzi yaliyosukwa na ngozi ya nguva, mnyama wa mtoni. Tandazo la chini ni kitani nzuri iliyotariziwa kwa rangi na ncha za rangi ya fedha zinazo metameta kwenye mwanga wa taa.

Hapa mpaka kushoto imesimama stendi kubwa ya taa ya dhahabu imara iliyo na miale ya mwanga saba inayoakisiwa kwenye kuta za dhahabu na taji la kwenye dari. Inaungua kila siku na inalishwa na tambi zilizo ndani ya mafuta ya mzaituni yaliyochujwa kiasili. inaashiria Mwana wa Mungu ambaye atakuja na ataitwa nuru ya dunia.

Hapa mpaka kulia kwako imekaa meza iliyobeba sahani mbili za mkate bapa wa boflo usiotiwa amira. Hii inaashiria Neno la Mungu, maandiko matakatifu, na pia Neno ambaye ni Masia atayekuja, Muumba wa dunia—mkate wa maisha.

Hapa mbele ya hili pazia zuri la kitani kizuri, kilichotariziwa tena na maua ya rangirangi, matunda, majani na malaika, imekaa altare ndogo ya ubani ambapo damu hunyunyiziwa. Moshi wa ubani unaoungua na manemane huinuka kwa rangi za kumetameta juu ya pazia hili na ndani aziaya chumba kinachofuata. Hii inaonyesha maombi ya watu na ya Mwana wa Mungu.

Sasa, hapa ni chumba kinachofuata, sehemu takatifu zaidi, upande wa ndani wa pazia zuri, linakaa sanduku kubwa la dhahabu linaloitwa sanduku la agano. Ni zaidi ya miguu minne urefu na karibu miguu miwili na nusu kwenda juu na upana. Ndani kuna meza mbili za mawe ambazo juu yake zimeandikwa Amri Kumi zilizoandikwa kwa kidole cha Mungu. Mfuniko, unaitwa kiti cha rehema, ni wa dhahabu imara wenye temsi ya lesi ya dhahabu kuzunguka ukingo. Na hapa unaona juu ya mfuniko malaika wawili wa dhahabu wakiangalia chin kuelekea kwenye mfuniko wa sanduku, Na moja ya mabawa yao umegusa lile la mwingine, na bawa lingine limezunguka kati yao. Kati ya malaika ni Uwepo wa Mungu. Amechagua alama hii ndogo ya dunia aishi ndani yake kwasababu watu wake kushinda uongo wa shetani kwa miaka mingi sana. Alitaka aishi na watu wake wapendwa na kuwapa matumaini na furaha, maisha yenye kuzaa matunda.

Hii ni picha fupi ya sehemu nzuri yenye kila kitu ambapo sherehe hufanyika na kuelezea mapenzi tetu kwa Mungu na mapenzi yake kwetu. Alitupatia mfumo wa sisi kuwa huru na hatia ya dhambi zilizopita. Hekalu na sherehe zake linaashiria uhai, kifo na Ufufuo wa mwana wa Mungu, ambaye siku moja atakuja na kutupa maisha yake badala ya kafara ya mwanakondoo. Ataitwa mwanakondoo wa Mungu.

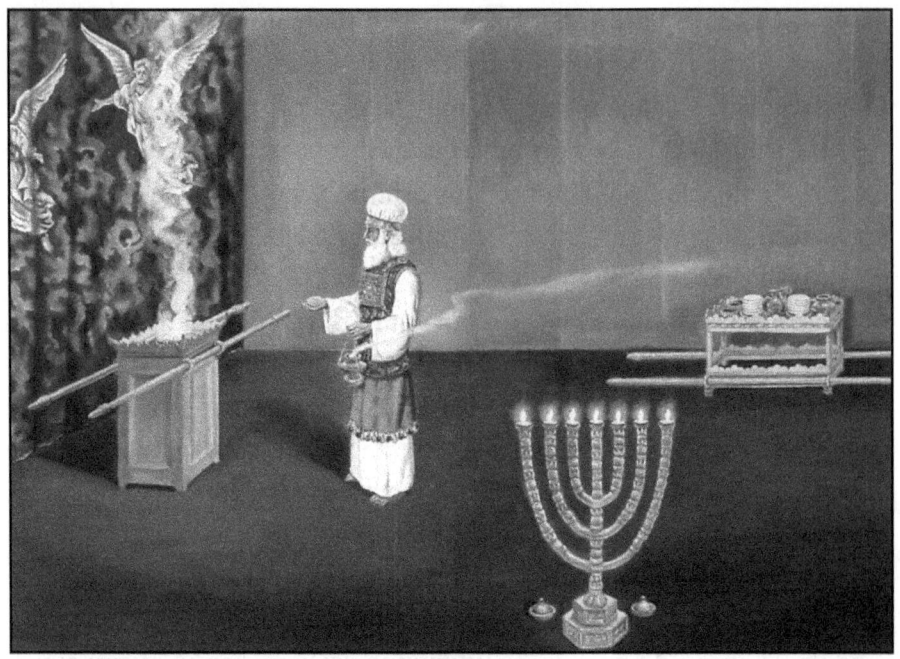

SURA 4
MAJALIWA YANAENDELEA

● ● ● ●

Karibia 1405 kabla ya Kristo

Hasira zilichora juu ya uso wake, moto uliwaka kutoka kwenye macho yake, mikono yake ilikamata imara fimbo kwa mkazo ambao ulifanya makonzi yake kuwa meupe. Kwa makelele na kuchezesha kwa nguvu fimbo nzito, jiwe liliitikia mvumo kwa kurusha mbele maji ya kunywa. Kwa tabia hii ya kufaa, kamilifu, kazi ya duniani ya rafiki wa karibu wa Mungu ilifika mwisho.

Bado akiwa na nguvu kama kijana, kiongozi huyu wa watumishi, Musa, kwa shauku alipokea karibu miaka 100 ya elimu ya shuruti, mafunzo ya kijeshi, na maandalizi ya kifalme kwenye ngome kubwa na yenye nguvu ndani ya dunia ya Magharibi. Alibaki kuwa mtiifu na kupendwa na familia yake ya kuasili ya Kimisri, majeshi yake pendwa, askari wake wa farasi na farasi wa Kimisri, lakini hakuweza kuendelea kubaki mkweli kwa wote Misri na urithi wake wa Kiisraeli. Ingawa alibaki mkweli na kujitolea kwa familia yake ya damu, muda ulifika wa yeye kuondoka na kuviacha vyote hivyo, na kuanzisha utambulisho tofauti kabisa, maisha mapya mbali sana. Hii miaka 100 ilihusisha miaka arobaini kama mchunga kondoo, mwandishi, mume na baba, na miaka arobaini mingine kama kiongozi wa watumishi wa mamilioni ya watumwa walioachiwa huru na wasiojua kitu, akijaribu kuwafundisha kuwa imara na raia watiifu kwenye ufalme wa Mungu.

Kutokana na uchovu wa kiakili na mfadhaiko usioisha, kumbukumbu yake ilifeli. Misingi na ubongo wake fasaha vilikuwa na wasiwasi, kama vilivyokuwa, na alianguka kwenye miguu ya rafiki yake kipenzi. Lakini rafiki yake hakumtelekeza, hata watu wote aliowaongoza kwa miaka. Lakini wanahitaji kuwa na kiongozi ambaye atadumisha unyenyekevu sawia.

Joshua, kiumbe rafiki aliye karibu na muaminifu zaidi kwa Musa, aliangalia jinsi mwanaume yule wa miaka 120 akijiandaa kupanda mlima kwa mara ya mwisho. Alisimama akistaajabu jinsi alivyopanga mali zake chache kwenye mpangilio uliosawa ili mtu mwingine azichukue baada ya kuondoka kwake. Nguvu gani! Hatahivyo, hali ya huzuni iliyosambaa kwenye anga haielezeki mpaka sasa. Joshua alijua Musa alifanya kazi kwa bidii kwenye hali mbaya na ya kukatisha tamaa kwa miaka arobaini akisafiri porini kwenye Peninsula ya Sinai, akipiga kambi katika sehemu zisizo pungua ishirini na tisa. Watu walilalamika siku zote, wakikosoa maamuzi yake yote yaliyokuja chini kutoka kwa Mungu mwenyewe. Musa aliendelea kubaki muaminifu katika yote hayo—mpaka siku mbili zilizopita.

Alijichukulia sifa njema yeye mwenyewe badala ya kumpa heshima Mungu kwa kusambaza maji kutoka kwenye mwamba. Baadae, kabla ya Mungu anayempenda, Musa alitubu na kukiri kwamba labda hana tena nguvu ya kuongoza watu. Lakini kutokwenda nchi ya ahadi baada ya miaka yote hiyo? Ilikuwa ni masikitiko yasiyovumulika.

Juu ya mlima wa futi 7500 aliopanda, sio kama mzee, lakini mwenye nguvu kama kijana. Ana uoni mzuri bado, na anaonekana kama kijana wa miaka thelathini akipanda kimo chenye mawe mawe, majabali yaliyotawanyika. Jinsi Musa alivyopotea kwenye ukungu juu ya mwinuko, Joshua aligeuka nyuma kukabiliana na jukumu lake jipya. Hili sio sawa na kundi lile la kusisimua lililovuka bahari nyekundu, ila ni watoto wao. Wote waliolalamika, kasirika na kunung'unika walikufa porini. Isipokuwa mimi, Musa na Kalebi ndio tuliobakia kwenye safari ngumu na ndefu ya miaka arobaini. Sasa itakuwa ni juu yangu na Kalebi kuongoza watu kuvuka kutoka Jordan kwenda nchi waliyorithishwa. Mungu atakuwa kiongozi na mpaji wao.

Joshua alikumbuka miaka arobaini iliyopita wakati yeye na Kalebi na majasusi wengine kumi, walipovuka Jordan kwa usiku na kuingia nchi ya ahadi, wakikwepa kwa njia zote, wakazi. Walizunguka shamba baada ya wakulima kumaliza kazi zao mashambani na kurudi kwenye miji yao iliyozungushiwa kuta na kufunga mageti. Majasusi gani walikuwa, walivyosafiri usiku, wakishtua fahamu zao za njaa. Harufu nzuri ya matunda mabichi juu ya miti, ladha ya machungwa na zabibu, maua yakichanua kuzunguka kote, nafaka zilizoiva, ilibadilisha mioyo yao iliyokosa tumaini juu ya sehemu hii kuliko kitu chochote kile. Hata hivyo, kutokea sehemu zao za maficho wakati wa mchana, waliangalia nguvu kazi shupavu ikifanya kazi kwenye mashamba ya kuvuna. Wapagazi warefu wenye misuli wakiweka sawa vikapu vikubwa vya nafaka na matunda juu ya mabega yao au kuvipeleka kwenye mkokoteni ili kukokotwa kwenda mjini. Askari waliovaa sare, wenye umbo na kimo kikubwa, walilinda miji. Kipindi cha karibia wiki sita majasusi walitafuta ardhi, walishauriana mmoja kwa mwingine wakitathmini hali zao. Hofu zaidi ni kama watachukua miji. Waliangalia watu wakubwa wakienda kufanya kazi zao. Kulikuwa hamna njia wangeweza kuwateka watu hawa! Lakini harufu nzuri ya matunda, miti, maua, uzuri wa vilima na misitu, uliongea na mioyo yao inayouma, baada ya kutumia maisha yao kwenye jangwa la mchanga lenye joto.

Joshua na Kalebi walikubaliana, lakini njia yao ya kufikia tatizo ilikuwa tofauti, "twendeni juu mara moja, na kuimiliki; kwasababu sisi sote tunaweza kuishinda." Lakini pale majasusi wengine walipolalamika Joshua aliwatia moyo. "Nchi tunayopita kuitafuta, ni zaidi ya nchi nzuri. Kama Mungu ametupa mwanga ndani yetu, basi atatufikisha kwenye nchi hii na kutugawia, nchi inayotiririsha maziwa na asali. Waasi pekee na sio kinyume na Mungu, au kuogopa watu wa nchi, kwasababu wao ni mkate kwetu, ulinzi wao utaondoka kutoka kwao, na Mungu yu pamoja nasi, msiwaogope." Lakini hakuna kilichobadilisha ufahamu wa majasusi kumi waliobaki.

Kwa hiyo Walirudi kwenye mto, na taratibu walipiga makasia ya boya lao kwenda upande mwingine. Familia zao ziliharakisha ufukweni kuwasalimia. Musa, pia kwa wasiwasi wa kurudi kwao aliwasalimia kwa tabasamu na kuwakumbatia.

Lakini furaha ilidumu kwa muda mfupi," Kuna mijitu kule! Hatuwezi kufanya, walilia wale majasusi kumi.

"Ndio, tunaweza! "walijibu kwa ukali Joshua na Kalebi, "Mungu ametuona kupitia bahari nyekundu; Ametupa maji na chakula. Ametuahidi!"

Lakini mawazo hasi yalisambaa kwenye kambi. Mamilioni ya maneno" hatuwezi kufanya" yaliongelewa usiku ule, iliyomfanya karibu kila mtu kuamka wakiwa wamehamaki asubuhi iliyofuata.

Musa alipiga magoti mbele ya Mungu, akisema, "Nitafanya nini, Bwana?" Na Mungu akamjibu, "Kama hawaniamini Mimi baada ya yote niliyofanya kwao, nini kingine ntafanya? Waambie watu kwamba kwa kila siku ambayo majasusi walitumia kwenye nchi niliyowaahidi, hiyo ndiyo namba ya miaka itawachukua kufika huko! Kukosa kwenu imani, malalamiko, na uasi vitakuja chini ya vichwa vyenu."

Na hivyo ndivyo jinsi ilivyokuwa kwa miaka arobaini. Watu wote waliovuka bahari nyekundu na waliiona nguvu za Mungu, waliendelea kulalamika, kulaumu, kupiga kite na kusababisha matatizo, hata hakuna mmoja kati yao aliyebaki. Mchanga wa Peninsula ya Sinai una miili ya watu wazuri milioni mbili. Viatu vyao havikuvuka, ila wao wenyewe walipotelea porini. Watoto wao, ambao walivuka bahari nyekundu kwenye migongo ya wazazi wao, walirithi viatu vyao na kwa kiasi fulani walijifunza kumwamini Mungu, kusikiliza maneno Yake, na kufanya sawa—wakijua hii ndio njia sahihi ya kushinda magumu. Kati ya umati uliovuka bahari nyekundu miaka arobaini iliyopita, ni wazee halisi wawili waliovuka Jordan. Hawa watoto

> Kati ya umati uliovuka bahari nyekundu miaka arobaini iliyopita, ni wazee halisi wawili waliovuka Jordan. Hawa watoto waliokuwa sasa walikuwa tayari kuwafuata Joshua na Kaleb kuvuka mto kwenda nchi ya ahadi.

waliokuwa sasa walikuwa tayari kuwafuata Joshua na Kaleb kuvuka mto kwenda nchi ya ahadi.

Mipango ya kuondoka iliendelea. Kulikuwa na hazina maalum ambazo walihitajika kuondoka nazo. Pamoja na kundi la watu waliovuka Jordan ulitakiwa ubebwe mwili wa Josefu uliotiwa dawa ili usioze, waziri mkuu Muisraeli wa Misri, ambaye, karibia miaka mia kabla, aliomba upendeleo wa kuingia kwenye nchi ya ahadi na watu wa Mungu. Jeneza lake la jiwe liliambatana na malighafi za hekalu na vifaa vya biashara vilivyoletwa kutoka Misri kuvuka bahari nyekundu, na sasa kuvuka Jordani.

Pia, pamoja nao ilitakiwa iende "fimbo ya Aaron iliyooteshwa," iliyotokana na uzoefu wa porini wakati wengine walipolalamika kwamba Musa na kaka yake, Aaron, hawa kuwa na sifa za kuongoza watu na uasi ulitokea. Mwisho, ili kuzima uasi, Mungu alimwambia Musa aweke kiongozi kwa kila makabila kumi na mbili alete fimbo ikiwa na jina la kabila lake juu yake. Fimbo zote ziliwekwa mbele ya safina na kuachwa kwa usiku. Asubuhi iliyofuata fimbo ya Musa na Aaron ilizaa majani, maua mengi—na lozi zilizokomaa! Kwahiyo uongozi wa Musa na Aaron ulianzishwa.

Pamoja na safina, na fimbo zilizooteshwa, "chungu cha mana" kiliongezwa pia. Chombo hiki kilibeba sampuli ya chakula kilichoanguka asubuhi kwa asubuhi kulisha mamilioni ya watu waliopiga kambi na kusafiri. Walikuwa wanatakiwa kuchukua kiasi fulani kila siku kwa kila mtu, si pungufu na si zaidi. Kama wakichukua zaidi ya walichohitaji, kiliharibika. Siku ya sita pekee, walitakiwa kuchukua cha kutosha siku ijayo, Sabato, na hakikuharibika. Siku ya Sabato asubuhi kulikuwa hamna mana kwenye ardhi. Na kama mmojawapo akipuuzia kuchukua cha kutosha siku ya Ijumaa, walivunjwa matumaini—na njaa. Asubuhi ya siku ya kwanza ya wiki, mana ilianguka tena, na kuendelea wiki nzima. Miujiza ya aina gani! Iliendelea kwa miaka arobaini.

Na sasa, mara makelele yakasikika, "Ni muda wa kuondoka!" Hekalu lilitenganishwa, likakunjwa, likafunikwa tayari kwa safari ya kuvuka Jordan. Familia zilibeba mali zao na mahema yao; eneo la kambi lilisafishwa na liliachwa bila ya alama ya uzembe wakutojali. Familia ziliunganganishwa kulingana na makabila yao na kusubiri neno kutoka kwa Mungu ili kuendelea. Kwa mkuu wa kundi, iliyobebwa na kabila la Levi, walihamisha safina, sanduku la dhahabu la ajabu. Mabawa ya malaika wa dhahabu juu ya safina yakionyesha mbinguni kutoka chini ya mfuniko wake wa bluu, kama vile wakimpa utukufu Mungu kwa uvumulivu wake wa milele na matumaini kwa watoto wake wa duniani. Taharuki ilijaza hewa ya asubuhi.

"Twende mbele! Mungu yu pamoja nasi!"

Wakifuatana kwenye mpangilio sawa kulingana na makabila yao, na mabango yao wakiyashika juu, maandamano yalianza. Jinsi watawa, walivyobeba safina kwa miti juu ya mabega yao, wakikaribia ukingo wa mto, mioyo yao ilidunda haraka na miguu yao ilisita. Idadi kubwa ya watu walianza kuimba wimbo wao wa kumsifu Mungu. Kwa makelele na furaha wazazi walibeba mizigo na watoto wao. Watawa walishuka ukingo wa mto na kuingia kwenye maji. Ghafla maji yaliacha kutiririka, na maji yalilundikana juu upande kama vile boma la kuzuia maji lisiloonekana. Hata matope chini yaligeuka kuwa ardhi ngumu. Hakuna kilichozuia miguu ya wanaume, wanawake, watoto, ng'ombe, kondoo na mbuzi; maelfu ya miguu yalivuka kwenye ardhi kavu. Miujiza ya aina gani! Hakuna jeshi lililiwafuatilia muda huu, nchi ya maziwa na asali, ahadi na fursa, inawasubiri mbele. Kuvuka kwa Jordan kulithibitishwa kuwa moja ya matukio makubwa kwenye historia ya dunia. Na safina iliongoza njia.

SURA 5
MAKAA YA MAWE YALIYONYAKULIWA KUTOKA KUCHOMWA

● ● ● ●

1451 Kabla ya Kristo

Milio na sauti kubwa ya kugonga mlango ilimfanya mwangalizi wa ndani, aliyevaa nguo zake za kulalia na taa mkononi mwake, afungue mlango haraka kwa polisi wa jeshi waliosukuma na kujaa ndani, karibia wamwangushe chini.

"Wako wapi?" polisi walidai, "Mfalme ametuma neno kwako akisema, 'Walete mbele watu waliokuja kwako, walioingia kwenye nyumba yako: kwa kuwa wamekuja kuchunguza nchi yetu yote.'"

Walipo harakisha kutoka kwenye chumba kimoja kwenda kingine, Rahabu alijibu, "Walikuja watu kwangu, lakini sijui wanatokea wapi, na ilikuwa karibia muda wa kufunga geti, wakati kulikuwa na giza, waliondoka. Walipoenda sifahamu. Wafuatilieni haraka kwa kuwa mtawakuta."

Mara tu walipoondoka, alifunga mlango kwa komeo, na aliharakisha haraka na kimya juu ya ngazi kwenye paa alipowaficha majasusi wawili. Waligonga mlango wake taratibu mapema usiku. Alishazoea ugongaji ule wa taratibu. Watu walikuja mara nyingi kwa huduma zake, kwa hiyo alishangaa kuona watu hawa wawili asiowajua walitaka kulala tu na chakula kidogo. Muonekano wao wa nyuso safi na aina tofauti ya uvaaji wao ulimwambia lazima watakuwa Waisrael. Tabia zao nyoofu na macho safi vilimwambia hawa hawakuwa waabudu sanamu wa mji wake walioshiriki kuharibu taratibu ambazo alianza kujiuliza siku nyingi zilizopita. Kazi yake ya kulipwa ilimpa pesa anazohitaji na pengine kutokana na hilo alitumaini kwa njia fulani atatoroka. Si sawa na masanamu ambayo watu wake wanaabudu, alisikia kwamba Mungu wa Waisraeli anaishi na ana nguvu. Alitaka kujua zaidi. Aliwaongoza watu hawa juu ya ngazi kwenye paa, akijua watakuja kuwindwa, na kuwaficha chini ya miganda ya kitani iliyokaushwa. Polisi walifanya msako sehemu yake, hata kwenye paa, lakini hawakugundua pea iliyofichwa.

Sasa ulikuwa muda wa kupitia makubaliano yao kwa haraka aliyofanya nao kabla hawajalala chini ya miganda ya kitani juu ya paa. Aliwaambia, "Ninajua kuwa Bwana amewapa ninyi nchi, na sisi sote tunaogopa, na kila mtu sehemu hii amekuwa na hofu kwasababu yenu. Tumejua kwa miaka mingi ni jinsi gani Bwana alikausha maji kwenye bahari nyekundu kwa ajili yenu, wakati mnatoka Misri, na jinsi gani mlivyoharibu falme kwenye upande mwingine wa Jordan. Mara tu tuliposikia mambo haya, mioyo yetu iliyeyuka, na sote tulikuwa tumekata tamaa kabisa kwasababu yenu, kwa kuwa Bwana Mungu wenu, ni Mungu wa juu mbinguni, na chini duniani. Kwa hiyo sasa, ninaomba kwenu, mniapie kwa jina la Bwana, kwa kuwa nimewaonyesha ukarimu, nyinyi pia mtaonyesha ukarimu kwa nyumba ya baba yangu, na mtanipa ishara ya kweli ya kuwa mtaokoa maisha ya baba yangu, mama yangu, kaka zangu na dada zangu, na vyote walivyonavyo, na kutuokoa!"

Na wanaume walimjibu, "Maisha yetu kwa yako; kama hautosema chochote kuhusu hii biashara yetu, Bwana atawatendea kwa ukarimu na uaminifu."

Sasa wakati anaandaa kamba ya kuwashusha chini kutokea dirisha lake linaloangalia mashamba nje ya mji, alionya, "Mwende mlimani, wafuatiliaji wasije wakawakuta; na mjifiche pale kwa siku tatu, mpaka watakaporudi; na baada ya hapo, nendeni njia yenu."

Na watu walimjibu, "Hatutakuwa na lawama kwa kiapo chako ulichotufanya tuapie. Kwa hiyo tutakapokuja kwenye nchi, utaunganishwa na mstari wa rangi nyekundu kwenye dirisha ambalo umetushusha chini; halafu uwalete baba yako na familia yako yote kwenye nyumba yako na wewe. Yeyote yule atakayetoka nje ya milango ya nyumba yako kwenda mitaani, damu yake itakuwa juu ya kichwa chake, na tutakuwa hatuna hatia, na yeyote yule atayekuwa na wewe kwenye nyumba, damu yake itakuwa juu ya vichwa vyetu, kama kuna yeyote atakayeumia. Na kama utasema hii biashara yetu, basi tutakuwa huru na kiapo chako."

Na alisema, "Kulingana na maneno yenu, basi iwe hivyo."

Kwa hiyo Rahabu aliwashusha wanaume kutoka kwenye dirisha lake kwa kamba. Halafu akaitunza kamba iliyoning'inia kutoka kwenye dirisha lake kwenye ukuta wa mji. Wakati majasusi hawakuonekana na watu wa mfalme walioenda kwenye kivuko kule Jordan, raia walipata nafuu kidogo, lakini haikutosha kuwafariji. Mavuno yalikaribia kuisha, kwa hiyo kufunga mageti wakati wa mchana iliwasaidia kujisikia vizuri. Kuta nene zenye makazi ndani yake zililinda mji kwa miaka mingi. Kwa nafaka zilizovunwa ndani ya mji, waliweza kuishi kwa muda mrefu.

Siku ya nne baada ya majasusi kupotea, taarifa ilikuja kutoka kwa wale waliokuwa wanalinda kwamba Waisraeli walikuwa wanakusanyika upande mwingine wa mto. Jordan, iliyojaa kwa mtiririko wa maji wa majira ya kuchipua, ghafla uliacha kutiririka, maji yalilundikana upande wa juu. Kwanza walikuja watawa wanne ndani ya majoho yao meupe wamebeba sanduku la dhahabu na malaika wake waliofunikwa na mfuniko wa bluu. Maelfu walivuka kwenye ardhi kavu.

Baada ya siku tatu nyingine, maandamano yaleyale yalikaribia Jericho- kwanza wapiga tarumbeta, halafu safina, halafu watawa wote, halafu askari na watu. Taratibu walitembea kuzunguka mji, halafu walirudi kwenye kambi yao. Siku iliyofuata Walikuja, walitembea kuzunguka tena, halafu wakarudi nyumbani. Kwa siku sita haya yalitokea. Rahabu aliweka familia yake kwenye nyumba yake ndani ya ukuta, akiwaonya kutoondoka.

Lakini siku ya saba, maandamano yalizunguka mji mara saba na kisha yalisimama. Ghafla kutoka kwenye mstari, sauti ya tarumbeta ya pembe ya kondoo yenye makelele ilipasua hewa, watu walipiga makelele, na kwa kishindo cha kuogopesha, kuta za Jericho zilianza kuvunjika kutoka ndani nje. Waisraeli waliharakisha ndani, wakiharibu kila kiumbe hai na kuchoma minara yote ya Jericho na makasri.

Wakati huohuo majasusi wawili waliharakisha kwenye nyumba ya Rahabu, sehemu pekee iliyobaki salama walimkuta na familia yake wakilia kwa uoga, na waliwavuta nje kupitia kifusi, kuwaongoza mbali na mji unaoungua kwenda kwenye shamba kuelekea mtoni.

Jioni ile, wakati jeshi liliporudi nyumbani, waliwachukua pamoja nao Rahabu, wazazi wake, na familia yake. Familia za Kiisraeli ziliwakaribisha wote kwenye nyumba zao za mahema, wakiwapa faraja katikati ya hisia kali mchanganyiko za huzuni na shukrani.

Walimkuta na familia yake wakilia kwa uoga, na waliwavuta nje kupitia kifusi, kuwaongoza mbali na mji unaoungua kwenda kwenye shamba kuelekea mtoni.

Sanduku la agano, alama ya uwepo wa Mungu, na amri ndani yake, liliwapa ulinzi na mafanikio kwa watu wake wakati walipomtii. Na bado linafanya hivyo.

Rahabu, ambaye alidhamiria mazuri, maisha safi, sasa anamwabudu Mungu wa kweli, amekuwa muumini aliyejitoa. Baadae aliolewa na Muisraeli, Salmoni, na wakajulikana na sisi leo kama bibi wa bibi wa mfalme David na kizazi cha Bwana Yesu Kristo.

SURA 6
PANYA WA RANGI YA DHAHABU

• • • •

Karibu 1100 Kabla ya Kristo

Wakipiga unyende kwa kuogopa na kelele za hasira ndani ya hekalu la sanamu kubwa zilipenya taratibu asubuhi na mapema kwenye anga la Ashdod, Filistia; watawa kadhaa walijitokeza ghafla kutoka kwenye mlango mkubwa na kukimbia chini ya ngazi kwenye mji chini, majoho yao yakipepea kwa kuchanganyikiwa.

"Amefanya tena! Mara hii, imemalizika! Imekwisha!"

Umati wenye macho ya kusinzia ulikusanyika kwa mshangao wakati watawa wakielezea kwa makelele, mikono yao ikitikisika, na ngumi zikinyanyuliwa juu.

"Amefanya tena! Mara hii ameharibu kabisa mungu wetu! Amemkata kichwa! Na mikono yake! Samaki—mtu wetu ameanguka mbele ya sanduku la dhahabu kama vile analiabudu. Sanduku lile la dhahabu litakuwa la mungu wa Waisraeli! Ana nguvu!"

Asubuhi tatu zilizopita, gwaride la sherehe liliingia Ashdod na kundi la watu waliochoka lakini wakishangilia, wakibeba wanachoamini kuwa ni mungu wa Waisraeli, sanduku la agano. Mfuniko wake wa bluu ulikuwepo mahala pake, wapiganaji hawakuthubutu kuutoa. Wafilisti, adui wa muda mrefu wa Mungu wa watu wa nchi ya ahadi, waliwasikiliza watabiri wao na manabii wa uongo, wakiamini wanaweza kuwateka Waisraeli wanaowachukia. Lakini kwa kuwa Mungu wa watu alichagua mapendo na kuonyesha uaminifu kwake, Aliwastawisha wao kwa kuwapa nchi ya wapagani. Lakini Israeli walishindwa.

Kapteni wa Wafilisti aliungana na kundi lake kujiandaa kurudi nyumbani kutoka kwenye mapambano, "Na tumemkamata mungu wao kuthibitisha ushindi wetu!" Nyuma ya kundi la watu, safina takatifu ilibebwa kwenye mji kwenda hekaluni kwa mungu wao, Dagon. Sherehe kubwa ilifuata.

Siku iliyofuata mtawa kijana wa kifilisti alifikiria majukumu mapya: mungu mpya kwenye hekalu la mungu-samaki, Dagon, aitwaye "Mlinzi wa bahari". Ile picha kubwa, ikiwa na sehemu ya juu ikifanana kama mtu, na sehemu ya chini kama samaki, iliwekwa kwenye hekalu tukufu muda mrefu uliopita. Alivyotembea kuelekea mjini kufanya kazi, mtawa alitafakari maelfu ya Wafilisti na Waisraeli wapiganaji waliokuwa wamekufa kwenye uwanja wa mapambano ng'ambo ya pili, wakisubiri kuchomwa moto, kuzikwa au kuchukuliwa kwenye usiku wa giza na ndugu zao wanaoomboleza.

Mawazo ya mtawa yalirudi kwenye lile sanduku lenye mfuniko wa bluu. *Hivi ile haikutakiwa kuwalinda Waisraeli kwenye vita yao na kuwapa ushindi? Kwa nini wameshindwa? Nimesikia kuwa kuna wengine wao wanaabudu miungu mingine ya aina zote picha ambazo ni mbaya zaidi ya mbaya. Hiyo inaweza kuwa sababu ya bahati yao mbaya?*

Alipanda ngazi za hekalu alimokuwepo mungu, Dagon. Hii picha ilisimama kinyume na sanduku la agano, lililokuwa limefunikwa na kifuniko cha bluu. Lakini, alivyofungua milango mikubwa alitweta kwa kuogopa. Pale sakafuni kabla ya safina alilala Dagon, akiangalia chini, kama vile analiabudu sanduku. Vilio vya msaada siku ile viliwaleta watawa wengine na wanaume wa kijijini ambao walimrudisha tena Dagon kwenye sehemu yake ya heshima na kurudi kwenye kazi zao za siku. Lakini sasa, asubuhi iliyofuata, watawa waligundua Dagon sio tu yupo sakafuni, lakini kichwa na mikono yake ilivunjwa utafikiri kuna mtu aliikata na msumeno juu ya viwiko. Hakuna swali sasa! Mungu wa Waisraeli alikuwa anonyesha hasira zake. Tutafanyaje sasa?

Halafu vitu vingine vilianza kutokea. Wanaume wa Filisti walianza kuumwa; sehemu zao za siri zilianza kuvuja damu—sehemu ambazo zinahusiana sana na kumuabudu mungu samaki wao, Dagon. Wengi walikufa kutokana na tauni hii yenye maumivu, na kusababisha familia kuomboleza na kuibua maswali juu ya utawa.

Wakafikiri kwamba kuiondoa safina kuipeleka mji mwingine kutatatua tatizo, watu wa Ashdod waliipeleka Gath, lakini mambo yaleyale yalitokea kule—vifo zaidi. Kwa hiyo ilipelekwa mji unaofuata, Ekron, ambao watu walilia, "Unatufanya nini sisi? Unajaribu kutuua?"

Kwa miezi saba yote watu wa Filisti walikuwa na hasira na Mungu wa Israeli. Wafilisti waliamua kuitoa safina nje ya nchi; lakini panya walikuja kwa maelfu, kwenye mashamba ya nafaka, nyumba, mapipa ya chakula, na hata kwenye vitanda vya watu!

Watawa wa kipagani wa Filisti mwisho walikusanyika pamoja kutafuta ufumbuzi. Mnakumbuka historia ya kusimuliwa na iliyoandikwa ya miaka mia tano kabla wakati Mungu aliposhusha tauni juu ya Misri kwasababu waliwaweka Waisraeli utumwani, baadhi ya wazee wao wenye busara walishauri kurudisha alama ya kuogopwa ya uwepo wa Mungu kwa Waisraeli.

Lakini watafanyaje hivyo? Baadhi ya watawa walishauri waitume kwa mkokoteni unaovutwa na ng'ombe jike wawili waliotenganishwa na watoto wao: kama ng'ombe jike wale wakiongoza kuelekea jamii ya Waisraeli iliyokaribu bila kuelekezwa na mtu yoyote, basi watajua kuwa Mungu wa Israeli amefanya haya.

Walifanya na kutoa kafara kwa miungu yao kwaajili ya uponyaji. Mfano wa viungo vya kiume vitano vya dhahabu ambazo viliathiriwa kwa wanaume wa Filisti, pamoja na panya watano wa dhahabu, wakiwakilisha kila utawala wa Filisti, waliwekwa kimtindo, na kuwekwa ndani ya sanduku kando ya safina kwenye mkokoteni mpya, uliovutwa kwa ng'ombe jike wawili wanaonyonyesha.

Ilifanya kazi. Ng'ombe jike wawili, walionekana na hasira za kuwaacha watoto wao walivyokuwa wakienda, wakivuta mkokoteni uliobeba sanduku la dhahabu na malaika wake wawili, wakiwa bado wamefunikwa kwa mfuniko wake wa bluu uliong'aa, ukiwakilisha ukweli, wakielekea kwenye shamba lililofanyiwa kazi karibu na Bethshemesh ndani ya Israeli. Wafanyakazi wa shamba waliangalia kwa mshangao, na kupiga kilele, "Ile safina yetu inakuja!"

Lakini sherehe iliyofuata ilisababisha matatizo mabaya zaidi ya mwanzo! Baada ya kutengeneza moto, kuchoma mkokoteni na ng'ombe jike kama sadaka ya kushukuru, wakawa wadadisi. Watu walikuja kutoka kwenye kona za mbali za mkoa kuiona safina, lakini walitaka kuiona, Kwahiyo walichana vazi takatifu, kitu ambacho Wafilisti hawakuthubutu, walitwaa mfuniko mgumu wa dhahabu ulioshikizwa na malaika wa dhahabu, na kuuweka kwenye ardhi—kiti cha rehema cha uwepo wa Muumba kwenye ardhi! Halafu waliangalia ndani ya sanduku la dhahabu takatifu. Pale zilikuwepo Amri Kumi zilizoandikwa juu ya meza ya jiwe. Maelfu walifika mwisho kwa kuangalia ndani. Na maelfu walikufa—zaidi ya 50000 kati yao!

Msiba gani!

SURA 7

UZZA

● ● ●

1042 Kabla ya Kristo

Mfalme David alikaa kwenye makazi yake binafsi viwiko vyake vikiwa juu ya magoti yake, kichwa chake chini, alishindwa kutoa sehemu ya matukio kwenye kumbukumbu yake: maandamano makubwa na safina kwenye mkokoteni ukivutwa kwa ng'ombe jike wawili wakikaribia uga wa kupuria nafaka. Ng'ombe jike walijikwaa. Kijana mdogo, Uzza, alitembea kandokando akanyoosha mkono kulituliza sanduku na aliuawa hapohapo kama vile kwa mwanga wa radi. Sauti ya David ilitetemeka wakati akiongea, "Inawezekanaje kukatokea jambo baya namna hii?" Alimuangalia rafiki yake wa siku nyingi, nabii Nathani, aliyekaa kando yake.

Ilikuwa katikati ya usiku. Mshumaa mmoja uliungua, kila mtu akionyesha uso wa wasiwasi kwa mwingine. Imekuwa siku mbaya. Bila shaka, kulikuwa ya matukio yanayofanana kwenye nyumba nyingi usiku ule. Msiba zaidi ya tulivyofikiri ulitokea.

David alitingisha kichwa chake, "nilidhani itakuwa sherehe kubwa, yenye furaha. Zaidi ya watu elfu thelathini, watawa, muziki wa kila aina ya ala, kwaya, safina ilibebwa kwenda sehemu ya heshima ..."

Nathan alisimama juu na kuchungulia nje ya dirisha la kasri. Mwanga kwenye nyumba nyingine uliwaka pia." Yote nnayoweza kusema ni kuwa, hatukufanya sawa. Ni kweli kwamba safina ilikuwa kwenye nyumba ya Adonija kwa miaka ishirini tangu msiba wa Bethshemesh. Uzza na kaka yake walikuwa nayo kwenye nyumba yao. Nina uhakika wazazi wao waliwaonya kukaa nayo mbali." Aligeuka kumwangalia David, "Ilikuwa ni mapenzi yako kutaka kuipeleka sehemu ya heshima hapa kwenye mji wako hadi itakapowekwa kwenye hekalu jipya. Wazo la sherehe kubwa lilikuwa zuri pia. Lakini hatukufanya sawa."

"Unamaanisha nini?" David aliuliza.

"Kulingana na maandiko ya Musa, Bwana alielezea jinsi ya kuisafirisha safina. Ilitakiwa ibebwe kwa miti iliyowekwa kila upande na kubebwa na watawa kwenye mabega yao."

"Lakini si Wafilisti waliituma kurudi Israel kwenye mkokoteni uliovutwa kwa ng'ombe jike wawili?" alijibu David. "Na hakuna kilichotokea."

"Lakini wakati Wafilisti walipoirudisha Israeli, nini kilitokea?" Aliuliza Nathan.

"Watu wa Israeli waliichukua pembeni, wakaangalia ndani, na wote walikufa," alijibu David.

Nathani alisema, "Wafilisti hawakujua, lakini Waisraeli walijua."

"Bwana ni wa haki kwa wasiojua," alisema David

"Na tunajua. Mungu alitupa maelekezo zamani zilizopita. Na wakati mkokoteni tulioutengeneza kusafirisha safina ulipotingishika kwasababu ng'ombe walijikwaa, Uzza, alitembea kuielekea, akawa na hasira, akaishikilia safina kuisimamisha, na Bwana alimpiga chini. Safina ni alama ya uwepo wa Mungu. Hakuna mtu anayeruhusiwa kuishika isipokuwa watawa." Nathan aliangalia tena nje ya dirisha, "Ni lini tutajifunza kutokufanya kitu kitakatifu kama kile kama kipande cha takataka?"

David alinyanyuka na kusimama pembeni ya rafiki yake na kuangalia anga la mashariki likianza kupambazuka, "Lakini sikuifanya vibaya ... nilikuwa naiheshimu."

Jua lilitokeza juu ya upeo wa macho. David alikunja mikono yake na kuiweka juu ya paji lake la uso, "Nathani, niombee."

Nathani aliweka mikono yake kuzunguka mabega ya David, "Baba Mtakatifu, Unajua sisi binadamu tunafanya makosa mengi. Unatuita tufanye vitu na tunaharibu kila kitu kwa kufanya kwa njia zetu wenyewe badala ya zako. Wewe ni mvumilivu. Ingetakiwa tufe sisi badala ya Uzza, lakini umetuokoa sisi ili tuwaongoze watu wako kwenye njia sahihi.

Tafadhali kubali kutubu kwa David, na kwangu, na tunakuahidi tutafanya mambo sawa kama utakaa na sisi. Amina."

Na walifanya sawa. Miezi mitatu baadae, maandamano makubwa mengine yalienda kwa Obedi-Edom na familia yake ilibarikiwa kwa miezi ile mitatu.

Watawa walinyanyua safina kwa miti yake kwenye mabega yao, na kundi kubwa la watu, askari elfu thelathini, wachezaji wa ala za muziki zenye nyuzi, matarumbeta, vigoma, matuazi, na waimbaji walishuka njia yao kwenda mjini, wakifanya sadaka kwa kila hatua sita kwa Mungu wa mbinguni na mwisho safina iliwekwa sehemu yake mpya ya muda kusubiri nyumba yake kwenye hekalu la Solomoni.

SURA 8

ZIARA

● ● ● ●

992 Kabla ya Kristo

Karibu mbele ya msafara wa ngamia wa kiarabu wenye kasi unaosafiri kando ya bahari nyekundu yenye migunga iliyojipanga kwa mstari, kiti maridadi, au "kiti cha mwavuli," juu ya mmoja wa wanyama kiliyumba kutoka upande mmoja kwenda mwingine. Nyuma ya kizuizi cha pazia alikaa Malkia. Mawazo yake yalikuwa kwenye kinachofuata mbele. Alifikiria, *Baada ya wiki za maandalizi na safari hii ndefu kweli, juhudi zangu zitastahili? Mwenyeji wangu atathamini uwepo wangu? Atachukua muda kujibu maswali yangu? Atawatendea vizuri madereva na watumishi wangu? Nini siri ya umaarufu wake mkubwa?*

    Kwa mbali ulikuwepo mji mkubwa wenye ukuta wa Jerusalem. Barabara ilikuwa ngumu kusafiri, yenye majabali kila upande, mara chache huwa nyembamba kwenye njia zilizojaa wanyang'anyi. Mara aliona kupitia uwazi wa pazia lake mjumbe akimsalimia dereva wake mkuu, halafu mjumbe akageuka na kuelekea kwenye mji. Sasa ujio wake utajulikana. Walisafiri kando kando ya korongo refu lililozunguka Jerusalem upande wa Magharibi, msafara ulikaribia geti la mji upande wa kaskazini. Alikodoa macho geti lilipofunguliwa na mfalme, pamoja na msafara wake, walitokea. Solomoni alipanda juu ya farasi mweupe wa Kimisri, watumishi wake walivalia nyeupe inayozuia jua.

    Matarumbeta yalisikika, na kibwagizo kiliimbwa wakati mfalme aliposhuka kwenye farasi wake aliyepambwa vito kumpokea. Misafara hii miwili ilipokutana na kusimama, mfalme alishuka, akasogelea kiti chake cha mwamvuli, na kutoa heshima. Dereva wake mkuu alimwekea ngazi ili ashuke na alipofika chini mfalme aliushika mkono wake na kumchukua. Salamu na mazungumzo yalifuata alivyokuwa akimpeleka kwenye kiti chenye vito. Alipokaa kwenye kiti chake, watumishi wanne walinyanyua kiti kwa ncha mbili zilizowekwa. Mfalme alipanda farasi wake na kuongoza msafara kuelekea kwenye geti la mji.

Walivyoingia getini, umati ulimsalimia malkia kwa maua na sura za kumpokea kwa furaha. Wafalme na watawala wengi walimtembelea Mfalme Solomon, lakini sio malkia mzuri kama yule. Pamoja na uchovu baada ya safari ya miezi, moyo wake ulienda mbio, na machozi yalimtoka katika wakati huu muhimu katika maisha yake.

Watumishi wazuri wa kasri waliwaongoza madereva na watumishi wake waliochoka na safari kwenda kwenye nyumba zao kuoga na kupumzika. Malazi, malisho, na matunzo vilitolewa kwa wanyama wake. Mfalme, yeye mwenyewe, alimuonyesha malkia wa Sheba seti ya vyumba vyake, wasaidizi wake wa karibu, waliotayari kusaidia wanapohitajika. Hakuonyesha kama ni mfalme mwenye majivuno hata kidogo, lakini kama mnyenyekevu, halafu muwazi na rafiki kwa watumishi. Hii ndio ilikuwa sababu kwa nini alipendwa sana na watu wake?

Siku iliyofuata, ndani ya vazi lake la asubuhi, nguo safi na iliyoonekana mpya ambayo ni suruali kamili ya kukata iliyokusanyika kwenye vifundo vya miguu na blauzi yenye sweta, alikutana naye kwa muda uliopangwa ili kuzuru viwanja vya kasri na mji. Raia walionekana na furaha na neema ya kutosha; maua yalikuwa kwenye madirisha na vitalu vidogo. Mitaa myembamba, yenye vilima, misafi na mistari iliyojipanga ya watu wa mji, wafanyabiashara na watoto walionekana wakiakisi muelekeo wa jua wa mfalme alivyokuwa akisalimia kila mtu na kumuelezea malkia mambo ya maslahi.

Jioni ile, akiwa amevaa shela rasmi na gauni lililopambwa vito, alihudhuria chakula cha jioni cha Ikulu akiwa kama mgeni rasmi. Mfalme alimuonyesha ukarimu na heshima kubwa sana. Walihudhuria pia wanaume muhimu katika mji na wake zao, majenerali wa jeshi, na maofisa. Alijifunza kuwa watumishi wake pia waliheshimiwa sehemu zote kwenye mji na vijana wenzao.

Kwa kipindi cha miezi michache iliyofuata, Malkia alijifunza zaidi na zaidi kutoka kwa kila mtu aliyemzunguka, wakati mfalme akienda kwenye kazi zake. Mara moja moja alikutana naye rasmi na isivyo rasmi. Alimfundisha vingi kupitia ziara kwenye hekalu tukufu alilomjengea Mungu wake. Lilichongwa kwa mstari wa dhahabu, kuta ndefu na paa la kumetameta kutokana na mwanga wa jua kupitia dirishani; mapazia yaliyotariziwa kwa uangalifu yaliyotundikwa juu mlangoni; mikufu ya dhahabu ilining'inizwa kwa ustadi kutoka sehemu hadi sehemu. Mahakama ilikuwa na altare ya kutolea sadaka na maliwato, kama kwenye hekalu halisi, lililojengwa mamia ya miaka iliyopita kwenye pori la Sinai, lakini kubwa zaidi kwa umbo na mapambo. Simba kumi na mbili wa dhahabu walishikilia maliwato kubwa ya dhahabu, kila mmoja akiangalia upande wa nje.

"Maliwato ni ya nini?" aliuliza.

Mfalme alijibu, "Mtawa lazima aoshe mikono yake na miguu kabla ya kuingia sehemu takatifu."

Altare ya shaba ilisimama kwenye mahakama kubwa, nadhifu. "Hii ni nini?" Aliuliza.

"Mtawa hutoa kafara ya mnyama na huchomwa kama sadaka kwa Muumba wetu. Huyu mnyama huashiria Mwana wa Mungu atayekuja ambaye atatolewa sadaka kuokoa binadamu."

Sio yeye wala mfalme waliruhusiwa kuingia ndani ya hekalu takatifu, kwahiyo alimuelezea kuhusu samani, ikiwemo sanduku la dhahabu na meza za mawe ndani.

Alimuonyesha hekalu kongwe lililojengwa na Musa na Bezaleel pamoja na wasaidizi wao wapya walioachiwa huru kutoka Misri miaka mia sita iliyopita, pamoja na samani za dhahabu zilizo kamili baada ya maajabu na vituko. Lilisimama wima kwa kujivunia ndani ya nyumba yake maalumu kwenye hekalu kubwa lililojengwa na Solomoni.

Kichwa na moyo wake vilijaa maswali, Malkia aliuliza, "Lini Mwana wa Mungu atakuja?" Na mwenyeji wake mvumilivu alimuelezea yote. Majibu yalipanua ufahamu wake mbali zaidi ya aliyopitia kwenye maisha yake.

Aliruhusiwa kuchunguza maandiko ya baba yake Solomoni, Mfalme David. Pia alimruhusu kusoma maandiko aliyoandika yeye mwenyewe.

"Amri kumi zilizoandikwa kwenye jiwe ni zipi?" aliuliza.

Alizitaja zote. Kila moja ilithibitisha maadili na kuelezea mema na mabaya ambayo mara zote aliyajua na kuhisi.

Aliangalia chini, "Lakini mimi nitasimamia wapi? Bila shaka nimezivunja nyingi kati ya hizo. Nitaishije mimi?"

Solomoni taratibu aliweka kidole chake chini ya kidevu cha malkia na kuangalia uso wake wa mashaka, "Jifariji, mpendwa wangu bibie. Ingawa wewe sio wa kundi la watu waliochaguliwa na Mungu, utapata neema. Anawapenda, na yupo tayari kusamehe na kuokoa wote waliotubu kwa mioyo ya huruma. Atawakaribisha kwenye ufalme wake kwa mikono wazi. Damu ya uhai atayomwaga mwanake wakati atapokuja inaashiria msamaha huo."

Baada ya kumpa Zawadi nyingi za dhahabu, viungo na vito kwa mfalme kupitia miezi ya ziara yake, na baada ya kupokea vingi zaidi kutoka kwa mfalme, Malkia wa Sheba na watumishi wake walianza safari ndefu kurudi nyumbani. Jinsi kiti chake mwamvuli kilivyoyumba kutoka upande hadi upande, akili yake ilizunguka kwa mawazo na mipango ya furaha. Anarudi nyumbani sio tu ameridhika bali amebadilika sehemu kubwa.

Alirekodi sehemu ya ushuhuda wake kwa Mfalme Solomoni kama ifuatavyo: "Ilikuwa ni taarifa ya kweli ambayo nilisikia katika ardhi yangu mwenyewe ya matendo yako na hekima zako. Hata hivyo sikuamini maneno hayo, hadi nilipokuja, na macho yangu yakaona: na tazama, nusu yake sikuambiwa; hekima zako na mafanikio yalizidi umaarufu niliousikia. Heri watu wako, heri hawa, watumishi wako, ambao wamesimama daima mbele yako, na ambao wamesikia hekima yako. Heri bwana Mungu wako, aliyefurahi kwako, kukuweka wewe kwenye kiti cha enzi cha Israeli: kwasababu Bwana anaipenda Israeli milele, Kwahiyo alikufanya wewe uwe mfalme, ili kufanya hukumu na haki.

SURA 9
USHAURI WAKATALIWA

• • • •

587 Kabla ya Kristo

Uchafu wa kuchukiza ulio mwishoni mwa gereza la chini ya ardhi ulimfadhaisha mwanaume mzee, wakati alipotua, baada ya kushushwa kwa fujo kwa kamba. Alipambana kwa miguu yake na kuhisi matope yakifunika mwili wake wote, uso na vyote. Alipojaribu kusimama wima, matope machafu yalienda mpaka juu kwenye shingo yake. Baridi ilipanda mpaka kwenye uti wake wa mgongo na mwili wake wote. Maadui zake hawakuhitaji kujisumbua kumuua; walihitaji tu kumuacha pale hadi atakapoanguka kwa uchovu na kuzama kwenye uchafu.

Alipambana kusogeza miguu yake kwenye uzito na giza. Mikono yake iligusa mawe ya baridi. Aliegemea kuzunguka kingo kutambua ukubwa wa makazi yake mapya. Uaminifu wake kwa Mungu ulijaribiwa—hakushindwa wito wake; lakini sasa mfalme Zedekia aliwaruhusu washauri wake kufanya kile walichotaka kwa nabii mzee, na walimfukuzia kwenye ... hii!

"Hatutojisalimisha!" Walipiga kelele kukataa kijisalimisha kwa ilani ya Mungu kwamba raia wa Jerusalem lazima wajisalimishe kwa Wababiloni kwasababu ya kukosa uaminifu kwake yeye. Jeremia alisema yote ambayo Mungu alielekeza, lakini waliamua kupigana mpaka mwisho. Alirudia kuwaonya kama wataendelea na ibada za sanamu, wataendelea na matendo ya aibu, kutoa kafara watoto wao kwenye moto, wataharibiwa. Majibu ya viongozi wao kila mara yalikuwa tangu Mungu amewachagua kuwa watoto wake, na kuwapa Jerusalem na hekalu, aliwathibitishia usalama.

Wakati huo huo, jeshi la Wakaldayo, lenye nguvu na njaa ya dhahabu na damu, liliweka kambi nje ya kuta za Jerusalem, wakijenga matuta yao ya vita kufikia kimo cha kuta za mji wakisubiri ... wakisubiri.

Ndani ya mahakama, mtumishi wa Kiethiopia, Ebedmeleki, aliondoka kupitia kwenye kasri kwa tabia nzuri za kifalme zaidi ya tajiri yake kijana, Zedekia, Mfalme wa Yuda. Kuangaza kwake aliona kila kitu kuanzia sakafu za marumaru hadi mitundiko ya kifahari kwenye kuta, zilizojengwa kwa uangalifu wa hali ya juu na mfalme Solomoni zaidi ya karne nne zilizopita. Watumishi wengine waliendelea na kazi zao. Kwenye mawazo mazito, Ebedmeleki alielekea kwenye nyumba za watumishi. Ingawa ni mtumwa na towashi, alipata marafiki wengi. Aliwapenda watu wale na alijisikia mwenye kushukuru kuwa anaweza kufanya kazi kati ya waumini kwenye mbingu ya Mungu. Yeye mwenyewe aliamini na alipenda kusikia hadithi kutoka kwenye historia ya Wayahudi, hasahasa ile ya malkia wa Sheba, kutoka Arabia ya kusini, aliyekuja kutokea karibu na nyumbani kwake, mbali sana kutokea mji huu kuja kumtembelea Mfalme Solomoni. Mawazo yake yalimrudisha nyumbani kwake, ambapo kabila dini na uoga vilisambaa kwenye matendo ya kila mtu bila kuwa na uvumulivu kwa imani nyingine. Lakini Ebedmeleki alihisi kujiamini kwamba Mungu amemuongoza kwenye ukweli wake mwenyewe, Muumba wa mbingu na dunia.

Lakini sasa Wakaldayo waliuzunguka mji na walirusha vigumba vyao vya vita juu ya kuta kwenye mji. Kiwango cha vifo kilipanda. Chakula kilikaribia kuisha na tauni ilisambaa. Ingawa watu walijaribu kuwa na ujasiri kwa kujenga mashine sawa za vita ili kujitetea. Lakini nafasi ilikuwa ndogo.

Jeremia alipokea neno kutoka kwa Bwana kwamba watu lazima waende kuwa mateka kwa miaka sabini kwasababu ya kumkataa yeye na kwasababu ya ibada za sanamu na matendo yao machafu. Kama watajisalimisha kwa Nebukadneza wataishi kwa usalama. Kama sivyo, mji wao utasawazishwa kwenye ardhi. Lakini malkia aligoma kutii na aliongea na mfalme kuukataa ujumbe. Mfalme, mwenye wasifu dhaifu wa kusimamia mema, aliwapa ruhusa washauri wake kufanya watachopendelea kwa Jeremia. Kwa hiyo mtumishi wa Mungu alikaribia kupotea chini huku na matope mpaka juu kwenye shingo.

Mfalme, mara aliposikia hali ya hatari ya Jeremia, alimpa ruhusa haraka Ebedmeleki ya kumuokoa nabii. Ndio, Jeremia yupo chini kule—kwenye shimo kubwa ndani ya mahakama lenye kina kirefu ambapo yoyote anayetupwa kule anakuwa hana njia yoyote ya kutoka nje. Alikusanya vifaa vyake na kiu ya imani yake kwa wafanyakazi wenzake pamoja, alielezea hali ilivyo, "Zedekia anaogopa kivuli chake mwenyewe. Anajua alichokifanya ni kibaya. Ametoa ruhusa ya kumtoa Jeremia nje ya shimo lakini ametaka kila mtu akae kimya kuhusu hili. Ni aina ya mwanaume ambaye hataki kufanya mabaya, lakini ni dhaifu mno kufanya yaliyo mema".

Baadae, ndani ya mahakama na wasaidizi wakiwa tayari, Ebedmeleki alipiga magoti kwenye kingo za gereza la chini ya ardhi na kumuita chini mwanaume mzee. Sauti dhaifu ilijibu.

"Tunaenda kushusha chini kamba na nguo kuukuu baadhi, uzivae kuzunguka chini ya mikono yako, na uifunge kamba kukuzunguka. Halafu tutakuvuta nje bila kukuumiza", Ebedmeleki aliongea kwa sauti.

"Oh, ahsante! Ubarikiwe!" Jeremia alijibu akiwa na nguvu mpya kwenye sauti yake.

Ilichukua muda kwa wanaume kumsaidia Jeremia kufika juu na kupanda kwenye njia nyembamba. Alikuwa amefunikwa na uchafu kuanzia kwenye kichwa hadi vidole vya miguu.

Ebedmeleki binafsi alichukua jukumu la kumfanya nabii aliyechoka safi, anapata joto, anakula, kupumzika, na kumfariji pamoja na hali ya huzuni iliyokuwepo kwenye kasri lote.

Jeremia alielezea shukrani zake, "Oh, asante, rafiki yangu wa kweli! Ningekufa chini kule."

Ebedmeleki alisema, "Baba yangu, ninataka uchukue ujasiri mpya sasa. Kamwe usikate tamaa. Kukamilisha agizo la Mungu aliyekuita kufanya ni njia nzuri duniani ya kumpa heshima Muumba wako na watu wako."

> "Baba yangu, ninataka uchukue ujasiri mpya sasa. Kamwe usikate tamaa. Kukamilisha agizo la Mungu aliyekuita kufanya ni njia nzuri duniani ya kumpa heshima Muumba wako na watu wako."

Baadae usiku Jeremia alisikia sauti. Taratibu akiibia kuelekea kwenye nyumba ya Jeremia alikuja mfalme kijana. Hakuna aliyejua anakuja. Nabii mzee alivuta pumzi. Ingawa bado alikuwa na afya ya kueleweka katika umri huu, kazi ya Jeremia kama nabii na vifungo vyake vya kujirudia vilimzeesha mno—lakini kazi yake ilikuwa haijaisha. Hapa anakuja kaimu wa Yuda.

Pamoja na mavazi yake ya kifahari, mfalme wa Yuda alionekana hohehahe. Wasiwasi ulichora juu ya uso wake wa hudhurungi. Maisha ya kutokuwa na utaratibu na matendo ya aibu ya kuabudu sanamu yalimbadilisha na sasa uoga uliandikwa kukatisha uso wake. "Ufalme wangu upo hatarini; Wakaldayo wanakuza kambi yao kule nje".

Tena, Jeremia alirudia aliyoyasema tena na tena, "Mwanangu, nisikilize mimi. Hautoshinda! Haidhuru wote unaowaita washauri wako, mawakili wako na watu muhimu watachosema …" Aliangalia mfalme

Zedekia alivyojiimarisha. "Huu ni ujumbe wa Mungu kwako. Wewe na taifa letu tumeenda mbali sana. Ni mipango ya Mungu kuwa tutaenda kuwa mateka kwa Wababiloni kwasababu tumekataa kujifunza. Mmejitoa wenyewe, muda wenu, malighafi zenu kwa masanamu yenu, mmewatoa kafara watoto wenu wenyewe kwao, mmejishusha wenyewe kwa sherehe zenu za kupotosha na kuchukiza, mkiabudu jua ... mnafikiri Mungu ni nini hata hivyo? ... Ni Baba yenu mpendwa—nyinyi ni watoto wake! Mnawezaje kumkosea heshima kama hivi?"

Mfalme alisimama kwa miguu yake, "Vema, naona bado unaendelea na nafsi yako ya ukaidi pamoja na adhabu uliyopewa."

Jeremia alijitahidi kunyanyuka, "Ninawezaje kukuambia kitu ambacho sio cha kweli? Wewe ni mfalme uliyechaguliwa wa watu wa Mungu. Unakaribia kupoteza nchi yako, kiti chako cha ufalme, maisha yako kama hautojisalimisha na kufanya vile unavyoambiwa! Kama utafungua macho yako na masikio yako, utajifunza nini Mungu anachosema: Hata kama wanajeshi wa Kaldayo wakipotea na kufa kule nje, na wakabaki wanaume wawili tu kati yao na wakiwa wameumizwa, bado watauchukua mji na kuuchoma mpaka kwenye ardhi! Hakuna anayeweza kwenda kinyume na neno la Bwana! Hivi ndivyo jinsi itakavyokuwa—labda ukijisalimisha! Kama uta ...? Bila kumaliziza, Jeremia aliinamisha kichwa chake na kuufunika uso wake kwa mikono yake.

"Nisingekuja," Zedekia aligeuka na kuondoka.

Jeremia aliangalia juu, macho yake yakijawa machozi. Aliyafunga kwa kufikiria, halafu aliyafungua kwa uamuzi, "Wababiloni watakuja kwa nguvu kamili!"

Lakini hata wanaume wawili walivyonong'ona mazungumzo yao, Wakaldayo walianza kukusanya vifaa vyao kurudi nyuma—katika vitu vyote—kurudi nyuma! Kwanini? Kwenda kupigana na Wamisri!

Jeremia alilala juu ya kitanda chake akifikiria, *Asante, Bwana wangu Baba, kwa kuniokoa mimi na kunipa faraja mara nyingine tena. Asante kwa kunitumia rafiki yangu kijana wa Kiethiopia. Tafadhali mpe mfalme roho ya kutubu. Anaonekana ana mashaka, halafu atageuka tena. Bwana, Tafadhali nisaidie kujua nini cha kufanya.* Usingizi haukuja kirahisi.

Siku iliyofuata, marafiki wa Jeremia walikuja nyumbani kwake, "Maadui wanakusanya nguvu zao kupigana na jeshi la Kimisri na kuwazuia kuja, kutokana na ombi la mfalme, kuiokoa Jerusalemu."

Jeremia alisema, "Zedekia atafanya hivyo. Hatoshawishika kwamba hakuna msaada wala tumaini kutoka popote. Mungu anapoonge ... ujumbe haubadiliki."

Waumini wenzake na Jeremia waliuliza, "Tunaweza kufanya nini?"

Jeremia alifikiria kwa muda na kusema, "Mara tu Wakaldayo watapoondoka, mwende usiku kwenye hekalu na muichukue safina mkaifiche kwenye pango. Hekalu litakuwa wazi kwa ajili yenu. Muiandae safina kwa akili ya kusafiri, ikiwa na miti yake na mfuniko. Mtume watazamaji kwenye geti na wakati kila mtu akiwa amelala muibebe haraka na taratibu kutoka kwenye mji kwenda shamba. Ipelekeni mbali mtakavyoweza na mtoke kwenye eneo hilo kabla hakujakucha. Mnalijua hili eneo. Hakikisheni ni pango lenye utata kuliko yote mnayoyajua. Muipeleke pale, muiweke mbali kwenye maficho ya chini, muipange kwenye mpangilio sawa, halafu mzibe ili isije ikagundulika. Halafu mfiche mlango wa pango. Na nitaomba kwa ajili yenu.

Wakati Wakaldayo waliporudi nyuma kupigana na Wamisri, watumishi wa Mungu walichukua safina na kuificha. Na kwa hiyo imefichwa kutoka kwenye macho ya watu mpaka hii leo.

Wababiloni walirudi. Waliharibu mji, mahekalu mazuri, wakaiba samani za dhahabu na vyote vile vilivyohusiana na sherehe zake. Mfalme Zedekia alipoteza maisha yake. Jeremia aliishi, alikaa kwenye nchi yake akitumikia watu waliobaki walioachwa kuilima ardhi. Mwishowe, Jeremia, yule nabii mzee muaminifu aliyesema yale ambayo Bwana alimuambia aseme, alipigwa mpaka kufa na watu wake mwenyewe.

SURA 10
HISTORIA KILELENI

● ● ● ●

Kabla ya Kristo hadi 31 Baada ya Kristo

Mimi, Gabrieli, sasa nitaendelea na hadithi yangu ya muendelezo wa mabishano ya kuogopesha kati ya mema na mabaya, ingawa niliona kwamba chini kwenye muda wenu wa historia wengi waliita mema mabaya, na mabaya mema. Lakini ukweli unaonyesha kwamba Mungu wa Mbinguni alitambua kwamba kanuni zake, ingawa zimefichwa kwa karne kwenye safina ndani ya pango, zitaishi daima—kama yeye mwenyewe.

Shetani na kundi lake la malaika walizunguka duniani na sayari nyingine zenye makazi kujaribu kupotosha viumbe walioumbwa kumfuata yeye badala ya Mungu Baba aliyemuumba yeye. Lakini wakazi wa sayari nyingine walimkataa jumla shetani na hana uwezo tena wa kufikia sayari nyingine isipokuwa dunia. Ni nini kilichotokea mpaka wakamgeuka moja kwa moja?

Ndani ya muda kulingana na unabii, Mwana wa Mungu alizaliwa kutoka bikira, kwenye sehemu sahihi, akakua kwenye mji sahihi, na akawa mponyaji, mwalimu na nabii akitimiza maneno ya manabii wote wa Mungu. Lakini shetani alimfinya kwenye visigino vyake siku zote.

Kwa miaka thelathini ya mwanzo, Yesu alikua na kufanya kazi kama mwashi, na kwasababu alikuwa mkimya, mwenye heshima, na mwenye furaha watu hawakumgundua, isipokuwa kwa ukweli kwamba alikuwa kijana mzuri asiye wa kawaida mjini. Lakini alipofika miaka thelathini, mambo yalibadilika. Kwenye ubatizo wake, Mungu aliongea na yeye kutoka mbinguni na alimtuma kama mtakatifu wa Israeli ambaye atawaokoa watu wake duniani. Halafu shetani alimshawishi kwa hoja kali.

Sisi malaika tuliangalia kwa karibu na kuweka kumbukumbu ya kila kitu kilichoendelea. Kwa sababu alifundisha wema, ukweli, utakaso kwa vitendo na kuviishi, watu walimpenda, lakini viongozi wa dini na siasa walianza kumchukia. Walilinda vyeo vyao kwa wivu na majivuno kwa njia zozote zile. Jinsi umaarufu wake ulivyokuwa na chuki pia zilikuwa. Aliepuka mbinu zao za kiteolojia na mitego kwa kuwaadhiri na kutumia vyote kuwafundisha watu wenye njaa ya ukweli.

Mwisho, baada ya miaka mitatu na nusu ya huduma ya Yesu ya kuwafufua wafu, kuwaonya wagonjwa, taratibu akigusa maisha ya waliokata tamaa, akicheza na watoto, akiwafariji kina mama, na kwa ukweli akionyesha jinsi gani Mungu alivyo, viongozi walikuwa wametosheka. Njama za kumaliza maisha yake kwa rushwa na mashahidi wa uongo, walikwenda kupanga mipango ya kumkamata.

Sisi malaika na Mungu Baba yetu tulivumilia katika yote hayo, pia kumuangalia akisali kwenye bustani ya Gethsemane chini ya milima yenye mizeituni. Shetani alimzunguka akiwa na malaika wake wabaya na uchungu karibu ulimshinda. Aliingia sehemu ambayo alikuwa binadamu wa dhambi yenyewe na alitakiwa achukue adhabu yake.

"Baba, Tafadhali uwaangalie wafuasi wangu. Hawasali. Wanalala. Kama wangejua hii inahusu nini ingesaidia. Lakini wanapitia haya bila wewe. Wanafikiri wana majibu yote. Hawajakuomba wewe uelewa. Lakini Tafadhali uwalinde na uwasaidie kutoka kwenye hili bila kuanguka. Na Tafadhali uwaangalie watu wangu nje kule. Ni wakweli moyoni, lakini matumaini yao yanaangalia uelekeo mbaya, licha ya yote niliyojaribu kuwafundisha."

Shetani aliangalia chini kwa Yesu akisujudu kwa uchungu na kusema, "Kwa nini una wasiwasi kuhusu kila mtu? Hawajali chochote kuhusu wewe. Watu walewale waliokufuata kwenye mji wakiimba Hosana na kusambaza matawi ya mtende, ndio walewale waliolia 'Msulubu!' Hata wafuasi wako hawajali vya kutosha kukaa macho kukusaidia wakati unawahitaji. Na kwa nini unavuja jasho la damu? Viongozi wa taifa lako mwenyewe wanakuchukia. Kwa nini unalia kama mtoto? Simama na uondoke. Kwa nini unajali?"

Kwa hili Yesu alianguka kifudifudi kwenye ardhi, uso wake ukiwa kwenye mawe ya kukwaruza, mikono yake akiinyoosha nje kama vile anataka kukumbatia dunia na kuizuia kutoka kuchukuliwa na uovu. "Baba, kama kuna njia yoyote kikombe hiki kinaweza kuniepuka, tafadhali … lakini mapenzi yako yafanyike."

Sisi malaika tuliangalia. Ilionekana ni milele kwetu. Hatimaye, alinyanyuka mwenyewe. Ataondoka? Atabaki?

"Mapenzi yako yafanyike," alisema, akianguka tena kwenye ardhi. Aliamua kupambana nadhoruba ianyokuja, akijua kwamba yeye kama mtu kamili na Mungu kamili atatoa maisha yake kwa wote, kuanzia Adam mpaka mtu wa mwisho duniani.

Ilikuwa ni mimi, Gabrieli, niliyechukua mwili wake uliozimia kwenye mikono yangu, na kunyanyuka kichwa chake kumnywisha kikombe kichungu cha sadaka. Alifanya Chaguo muhimu ambalo halijawahi kufanyika kwenye historia. Chaguo lake liliamua kusudi la dunia.

SURA 11

MAKUHANI WAWILI

• • • •

Mwaka 31 Baada Yakristo...

Hapa wanakuja! Kueleka giza, mlima wenye miti nje ya mji, na silaha za chuma, na kurunzi za moto, wanakuja: kundi la wanyang'anyi, mamluki, askari wa Kirumi, makuhani wenye majoho, kati yao ni kuhani mkuu, wafanyabiashara na maafisa wa kanisa walioamua. Walifika kwenye bustani ya mizeituni chini ya mlima ambapo kimya kimya walichoma moto mdogo, ukizungukwa na wanaume walio macho, taratibu, wakijiuliza kunyanyuka kwa miguu yao. Nyuma yao umbo lililofunikwa kwa joho jeupe liliwakaribia na kuuliza wanamtafuta nani.

Yesu wa Nazareti!

• • • •

Baada ya miaka ya huduma ya Mungu kwenye hekalu, makuhani wawili wa Kiyahudi walijua sherehe zote vizuri. Walikulia kwenye mji wa Jerusalem na kuwekwa kuwa makuhani. Kutoka kabila la Levi, walihudumu, wakifundisha watu kutoka kwenye vitabu vya marabi. Walifanya kazi pamoja muda mwingi. Siku ya leo, mazungumzo yao yalikwenda kama hivi:

"Amerudi kwenye hatua. Na alikuwa na kundi kubwa kule nje, kama vile ilikuwa ni siku maalumu," mmoja alisema.

Mahakama ya hekalu ilijaa, na mwalimu kutoka Galilaya alisimama kwa hatua, akiongea kama vile na kila mtu, binafsi.

"Ni mzuri wa kuhadithia. Hicho ndicho kinachowashika watu," alijibu kuhani mwingine.

"Ndio, na ni mzuri wa kutuweka sisi wafanyakazi wote wa kanisa katika sehemu yetu. Hana kitu zaidi ya matatizo."

"Hatahivyo, kama akiwapata watu wote kumfuata yeye, tutakosa kazi."

"Hatuwezi kuacha hilo litokee."

"Kayafa anajua anachokifanya anajaribu kumuondoa mhuni."

"Lakini mwalimu hajafanya chochote kibaya. Anaponya watu, na wengine wanasema hata amewanyanyua wachache kutoka wafu. Hio ni ngumu kuamini."

"Ndio, lakini marabi wetu wengine walikuwepo pale na wameona mambo yote. 'Lazaro! Toka nje!' alisema. Na mwanaume alikuja kutoka kwenye kaburi akiwa bado amefunikwa na sanda! Niambie, tunafanyaje kuhusu hilo?"

"Hatahivyo, kumekuwa na ufufuo mchache maeneo haya kwa miezi michache iliyopita na itakuwa anatumia njia tofauti."

"Njoo! Hayakuwa maigizo! Kila mtu pale alisema ilikuwa ni uhalisia."

"Oh, ya nini sasa? Iwe ni maigizo au sio yule ni hatari kwenye mfumo wetu wote. Wanatakiwa wamuondoe kwa njia fulani."

Mambo yalienda taratibu wiki ile mpaka alhamisi usiku. Kuhani mkuu alidhamiria kumuondoa nabii na alikodi mmoja wa wafuasi wake kuongoza dharura ya kumkamata.

"Ana tabia chache thabiti kama wafuasi wake. Na wengine hata wana shauku wanaweza kuleta madhara makubwa. Tunatakiwa tuwe makini sana. Sisi pia tunaweza kuwa kati ya ghasia kubwa kama hali itakuwa mbaya."

"Lakini anaendelea kuhubiri na kuelezea hadithi. Na ana masomo ya kuvutia na ya vitendo ya kuwafundisha watu. Na wanaonekana kuyaamini. Na watoto wanampenda."

"Inatosha kwa hizo "sababu". Njooni-twendeni kazini. Kuna mambo yanatakiwa yafanyike kujiweka tayari kwa pasaka."

Mambo yalienda taratibu wiki ile mpaka alhamisi usiku. Kuhani mkuu alidhamiria kumuondoa nabii na alikodi mmoja wa wafuasi wake kuongoza dharura ya kumkamata. Inatakiwa iwe usiku ili wananchi wasishtuke.

Makuhani wawili walikusanyika na kundi la majambazi, pamoja na makuhani wengine na waandishi alhamisi usiku sana. Lilikuwa ni kundi lenye tabia mbalimbali lililobeba kurunzi na mishale. Mfuasi wake, kwa jina la Yuda, aliongoza umati wenye zogo, pamoja na wazee wengine, kumkamata mwalimu na kumrudisha Sanhedrin kujaribiwa.

Safari ilithibitisha mafanikio, ingawa wakati mwalimu alipojitambulisha mwenyewe akisema, "Mimi ni Yeye," makuhani wawili vijana—pamoja na kundi lote, walianguka nyuma kwenye ardhi, nguvu ya ajabu iliwashinda hata wenye nguvu zaidi kati yao.

Mwalimu alihojiwa bila kukoma, akiongoza sehemu hadi sehemu kwa maswali zaidi, wakimfanya ajibu kuhusu uongozi wake kwa watu, na walimpiga mara mbili kwa mijeledi hadi mgongo wake ulichanika vipande. Usiku wote, walimdhihaki, walimtemea mate na kupigwa na kundi la watu wenye fujo. Hatimaye, Pilato, gavana wa Rumi kwa kushinikizwa na umati wa watu, alimhukumu mwalimu kufa kwa kusulubiwa. Nafasi yake pilato na uwezekano wa kupandishwa cheo ulihatarishwa, na hakuweza kumudu hilo.

Mchana ule, makuhani wawili walikuja na kujisafisha kwa ajili ya kuingia hekaluni, walisali kama kawaida yao kwa thamani ya sherehe hii takatifu zaidi. Sadaka hii maalumu ya kondoo kwa ajili ya pasaka, ni tukio la mwaka, alichinjwa kama alama ya Masiha atayekuja siku moja. Damu yake lazima ichukuliwe kwenda sehemu takatifu zaidi na kuachwa hapo. Kwa mamia ya miaka sanduku la dhahabu na vitu vilivyomo vya thamani—meza ya mawe yenye amri kumi—limekuwa halipo lakini sherehe ziliendelea. Sadaka ya damu ilimaanisha utakaso wa watu na dhambi zao zote kwa mwaka uliopita. Matambiko haya yote yalionyesha mbele kwenye mbegu tuliyoahidiwa ya mwanamke ambaye Mungu wa Mbinguni atamtuma kuokoa watu wake.

Wanaume wawili waliongea pamoja wakati wakifanya kazi, Hatimaye walichagua kondoo, wakifanya ukaguzi wa mwisho kuona kama ana dosari au ugonjwa, na kumuongoza kwenye mahakama ya hekalu. Sio watu wote walikuwa nje ya mji kuangalia usulubisho; wengi wao walikusanyika kwa ajili ya sherehe hii kwenye mahakama ya hekalu. Giza lilikuja ghafla juu ya mji wa Jerusalem, na sasa muungurumo wa mbali wa radi uliwashtua makuhani wawili. Tetemeko dogo la ardhi lilitikisa chini ya miguu yao. Waliendelea na kazi yao ya kukusanya vifaa vyao, lakini jinsi anga la kutisha lilivyowazunguka, walijawa na hofu.

Wakati huohuo, nje ya mji, watu wachache waliokusanyika kuangalia kuuliwa kwa watuhumiwa wawili na mwalimu kutoka Galilaya walianza kurudi mapema kwenye mji kwa muonekano wa ajabu na huzuni kwenye nyuso zao, wengine wakipiga vifua vyao kama vile muungurumo wa mbali na radi viliwapiga. Watawa wawili waliangalia kwa mshangao. Walishangazwa na matokeo ya jaribio. Walikaa kwenye jaribio kwa muda mrefu walivyoweza na kumuangalia mwalimu akisimama kwa utulivu wa kifalme wakati wapinzani wakimshitaki na kumlaani. Wote walijisikia aibu kwa chuki za viongozi wao kwa mwanaume aliyetoka Galilaya ambaye hajafanya chochote kibaya. Lakini sasa, anga hili lenye kitu cha kusikitisha na cha maajabu kilichopo hewani, ukiwapa wawili hawa hisia ya ubashiri. Na hili giza linatoka wapi?

Muda ulikaribia. Makuhani walikusanyika na kisu na bakuli la damu, wakati msaidizi wake akimfungua kondoo, alipiga magoti chini ya altare na kumshika mnyama, ambaye aliangalia juu kwa makuhani kwa macho ya kujitetea, akitetemeka, lakini bila ya mapambano. Kisu chenye makali— ya mashine ya kunyolea kilinyanyuliwa kuchanja koromeo la mnyama

> *Kuangalia usulubisho; wengi wao walikusanyika kwa ajili ya sherehe hii kwenye mahakama ya hekalu. Giza lilikuja ghafla juu ya mji wa Jerusalem, na sasa muungurumo wa mbali wa radi uliwashtua makuhani wawili. Tetemeko dogo la ardhi lilitikisa chini ya miguu yao.*

wakati ghafla dunia ilipotingishika kwa nguvu, ikifuatiwa na kishindo cha muungurumo wa kuziba masikio na radi ya papo hapo. Makelele ya kuogopa yalipiga angani, kisu na bakuli vilianguka kwa kishindo kwenye sakafu, na kondoo alikimbilia mtaani. Halafu sauti ya kutisha ya mpasuko ilitokea sehemu takatifu zaidi. Waliangalia juu kutokana na mkao wao kama ng'ombe kupitia uwazi kwenye sehemu takatifu, wanaume wawili walitweta kwa woga jinsi pazia kubwa zito lililoficha sehemu takatifu zaidi lilivyopasuka vipande viwili kuanzia juu mpaka chini! Ni kama vile Mungu alikuja chini na kulipasua pazia lile zito, na takatifu kwa mikono yake mwenyewe, likifunguliwa kwa wote walio jasiri ndani ya mazingira jirani. Sio tena sehemu takatifu zaidi, sio tena sehemu ya ishi Shekina, uwepo wa Mungu uliondoka milele. Siku ya kumtembelea ilikuwa imepita.

Asili yote ilionekana imelipuka, ikituma mitetemo kwenye uti wa migongo ya watu. Vilio na makelele kutoka kwenye mtaa viligeuka kuwa maombolezo. Halafu ukimya mzito wa taratibu ulishuka kama vile dunia ilikufa. Anga la wasiokuwa na matumaini lilizunguka juu ya mji kama wingu jeusi. Hata viongozi waliofanya ujasusi kumuua Yesu walikwenda kwenye mji na kurudi kwa familia zao, lakini kimya. Ilionekana kama muda umesimama. Kila kitu kilisimama.

SURA 12

KUVUNJWA KWA GEREZA

• • • •

Mwaka 31 Baada ya Kristo

Wanajeshi wawili waliondoka kwenye kambi ya maalumu ya jeshi baadae mchana. Wakiwa na sare safi na silaha zilizopigwa msasa, vazi la kujihami na ngao, wakipiga hatua ndefu kutoka mjini kwenda kuungana na kikosi cha askari kwa ajili ya zamu ya kulinda usiku.

Askari kijana alihamisha ngao yake kwenye mkono mwingine na kuchukia. Kwa nini kuwe na mamia ya wanajeshi kulinda kaburi?

Askari mwingine aliangalia mkusanyiko wa watu ukitiririka kupitia getini, uso wake ulichora kwa uso wa mashaka. Pilato, gavana wa Rumi, kwa uchochezi wa makuhani wawili wenye mashaka, alituma walinzi maalumu kwenye kaburi la aliyesulubiwa "Mfalme wa Wayahudi."

"Kama mtu huyu ana wahusika waliojificha kwenye vilima, watavamia usiku, watauteka mwili, na kuweka serikali yao wenyewe na kiongozi wao. Na watu wengi watawafuata," alisema mmoja wao.

"Lakini hiyo itakuwa ni kujiua!" alijibu rafiki yake. "Wanatakiwa wajue hawawezi kuiteka dola ya Rumi!"

"Lakini mfalme wao alivuta maelfu ya watu kwa muda mfupi. Na Miujiza ya aina zote ilitokea. Kulikuwa na amani, lakini hamna wataojidanganya wenyewe."

Walinzi wa jeshi walikusanyika kwa jemedari wao, mwanaume thabiti na msafi, na kwa askari, alishangaza, muungwana. Muonekano wa kuridhisha akiwa na juba lake na kofia nyekundu yenye kishada, alielekeza watu wake kuzunguka pango ambalo muhanga alizikwa. "Nawaonya msilale wala msicheze kamali. Wote wanatakiwa wawe kimya ikitokea wanamapinduzi wakijaribu kuingia."

Askari wawili walinong'ona wakati kundi la jeshi likitoka nje ya mstari na kuripoti kwenye kazi yao kwa usiku; kutakuwa hamna burudani kwenye hili lindo, hakika!

Ilikuwa ni ngumu kutokulala. Imekuwa ni mchana na usiku mgumu kwa wote, wakijaribu kuweka Wayahudi wenye chuki kwenye mstari, hasahasa alhamisi usiku kwenye wanayoiita wikiendi "takatifu". Hata wakati wa usiku na siku iliyofuata, mkusanyiko wa watu ulifanyika na sherehe ziliendelea, kwa muda waliohitajika kuwa ndani.

Askari wawili walikaa chini pamoja; kwa kunong'ona walijaribu kuweka utani kwenye mtazamo wa aina fulani. Waliangalia juu kwenye pango ambapo muhanga maarufu, Yesu wa Nazareti, alilala akiwa amekufa, akisalitiwa na watu wake mwenyewe. Jiwe kubwa kwenye mlango wa pango liliwekwa salama nyuma ya jiwe kwa kamba na muhuri wa Kirumi.

Mmoja wao taratibu alinong'onona, "Wengi wa Maadui zake ni viongozi, wenye wivu na waliodhamiria kuitunza nguvu zao. Watu wa kawaida walimpenda yeye hata hivyo, ili mradi kulikuwa na nafasi ya yeye kuwa mfalme. Nani asiyevutiwa kuwa na mfalme ambaye anaweza kuwalisha watu elfu tano kwa vipande vichache vya mkate na samaki? Na hata anafanya kama mfalme, mfalme mzuri … mwenye heshima, bado mwenye huruma kwa watu wanaoteseska. Anavaa kama mtu wa kawaida, lakini uaminifu uling'aa kutokana na jinsi alivyofanya." Ilikuwa ni ngumu sana hata kujaribu kuelewa.

Usiku uliingia. Hamna kilichotokea. Mazungumzo ya kimya tu na mawazo ya mashaka yalijaza ufahamu wao na sehemu waliyoshiriki katika jaribio hili la muda mrefu, kipigo cha mijeledi iliyochana mgongo wa mtu wa watu kuwa vipande, dhihaka ya yeye kuwa "mfalme", akivalia joho la mahameli lenye vito lililolowa damu, na kuvikwa taji la pete la miiba yenye inchi mbili. Halafu kulikuwa na safari ndefu, ya taratibu, yenye ghasia kutoka kwenye mji wakati akipita mara kadhaa akijaribu kubeba msalaba mzito, hadi mtu mmoja alipomsaidia. Dhihaka na mwisho kuuliwa kwa mtu yule mpole, lakini wa kifalme, sasa amelala akiwa amekufa kwenye pango lenye muhuri mbele yao, vilirudisha mwangwi kwenye akili zao usiku wote. Majuto yale yalizuia usingizi wa aina yoyote, hata walipojaribu.

Walifikiria vile jemedari wao alivyoshangaa wakati Yesu anakufa katikati ya ngurumo na radi. Tetemeko la ardhi lilivunja majabali makubwa na kupelekea kuzunguka chini ya vilima. Alisimama akiwa ameduwaa akiangalia waliokufa kwenye msalaba na kushaangaa, "Kweli, alikuwa Mwana wa Mungu!"

Baada ya kupumzika siku nzima, kundi kubwa la askari lilikuwa walinzi waaminifu. Kundi lingine lilisimamia mkusanyiko wa Wayahudi siku ya Sabato takatifu, na walitoa taarifa kwamba kwa kiasi fulani, hali ya anga ilikuwa ya kutisha na kuomboleza. Kwa miaka kabla, wakati wa siku hii takatifu, watu wote walifurahia kuabudu, kusherekea, na kutembeleana pamoja. Lakini leo, kunaonekana kuwa na hali ya angahewa la maajabu la wasiwasi—kitu ambacho hawawezi kuelezea.

"Labda hali itabadilika kuwa kawaida ikifika kesho," mmoja wa askari alinong'ona.

Mmoja wa askari alinyoosha mguu wake, akitembea umbali mfupi ili asilale, halafu akarudi, akifikiria wakati akipiga hatua.

Karibu saa 10:00 alfajiri, askari, sasa wakiwa wamepumzika, wengine wakiongea taratibu, wengine wakisinzia, walianza kuona ukungu wa mapambazuko. Dunia iliunguruma taratibu. Wakanyanyua vichwa vyao. Sio lingine tena! Kumbukumbu zilirudi za siku ya kusulubishwa. Mvumo mwingine. Radi ilipiga tena na muungurumo ulisikika kwa mbali.

Ghafla mlipuko wa radi uliwatikisa mpaka chini. Mwanga mkali uliangaza eneo lote, walinzi walipambana kwa miguu yao.

Nini …?

"Angalia!" Askari waliinama mbele. Moto wa kung'aa ulishuka kwenye kaburi, na kwa nguvu zisizo za kibinadamu ilisukuma jiwe kubwa, lenye muhuri pembeni kama vile lilitengenezwa kwa karatasi.

Malaika walipiga kelele kwa shangwe, "Kapteni! Njoo mbele! Baba yako anakuita wewe!"

Askari wote walipiga miayo kwa mshangao, wakisahau mishale na ngao zao. Ghafla dunia ilitikisika kwa fujo, radi ilipiga karibu na muungurumo wa kuziba masikio uliwapiga chini tena. Kutoka ndani ya kaburi lenye giza, pale uliwaka mwanga uliopofusha. Dunia ilitikisika kwa mara nyingine tena.

Vilio vya woga na mshangao vilitoka kwenye midomo ya askari jinsi ambavyo muhanga alitokea taratibu kwenye mlango, bila ya kufunikwa na sanda, lakini kwenye nguo laini yenye mwanga wa joto. Uso wake uling'aa kama jua. Alitabasamu na uso wa wazi, akinyanyua mikono na macho yake juu kuelekea mbinguni. "Baba yangu, Ninakuja! Mimi ni ufufuo na uzima!"

Halafu aliangalia walinzi chini. Mavazi ya kivita yaligongana na vyuma wakati kila askari alipoanguka nyuma, bila fahamu, dhidi ya rafiki zake, kama—domino, hadi walipotengeneza fungu la kifusi, walisongamana na kupooza.

Wakati wanapata fahamu zao tena, Yesu alikuwa amepotea. Askari walikimbia njia hii na ile, walipiga makelele kila mmoja, wakigongana kila mmoja. Wengine walikimbilia mjini, wakisahau silaha zao, wakisahau bado walikuwa kwenye zamu.

Jemedari, akijaribu kuweka sauti yake kwa upole, aliamuru wale waliobaki waende naye kwa gavana. Muhanga wa Kiyahudi amefufuka!

Akijifunza kwamba mipango yake ilikwama, aliangalia angani, midomo yake iliyopauka ilicheza bila kutoa sauti. Halafu, Mwishowe, alipiga kelele kuwaita walinzi. "Watalipa kwa hili!"

Askari wawili walimfuata jemedari na wengine wachache walienda kutoa taarifa kwa Pilato. Lakini walikatishwa njiani alipokuja mjumbe kutoka kwa kuhani mkuu, Kayafa aliwatia kwenda kwenye makazi ya thamani kwenye mji.

Kayafa, alisumbuliwa kwenye usingizi wake kwa mara ya pili ndani ya siku tatu, kukasirika kwake kwa usumbufu. Mtu mmoja Aliingia ghafla kwenye makazi kumwambia habari. Akijifunza kwamba mipango yake ilikwama, aliangalia angani, midomo yake iliyopauka ilicheza bila kutoa sauti. Halafu, Mwishowe, alipiga kelele kuwaita walinzi. "Watalipa kwa hili!"

Ilitingishika na kutimka kundi la wawindaji wa Kirumi ambao walishuhudia uwepo wa kiongozi wa taifa la Wayahudi. "Tumemuona!" waligugumia. "Kuling'aa sana! Na tukasikia nyimbo!" Kila mwanaume alitoa ushuhuda wake kwa uso wa kutetemeka na ulimi.

Kuhani mkuu, sasa aliungana na watawala wengine na waandishi, walisimama wakitetemeka bila kujua nini cha kufanya. Askari walianza kuondoka.

"Ngoja! Ngoja! Watu wako wanatakiwa waseme kuwa ameibwa kutoka kwenye kaburi!"

Jemedari alizunguka nyuma, kwa hasira, "Umesema nini?"

"Mseme aliibiwa wakati mmelala!"

"Askari wetu hawakulala! Inahitaji mikono mingi yenye nguvu kuliweka lile jiwe na kuligonga muhuri, na unategemea sisi tuseme kuwa liliondolewa kwa njia ile ile bila ya mamia ya askari kujua? Hapana kabisa!"

"Fanyeni tu!" Alilia kuhani mkuu.

Macho ya jemedari yaliwaka kwa hasira. "Hii inamaanisha kwamba watu wangu majasiri wote watanyongwa kwa kushindwa wito?"

"Hapana, hapana, hapana!" sauti ya mtawa mkuu ilipanda kwa kukosa uvumulivu. "Tutawaombea wasamehewe. Hamto adhibiwa!"

"Hii ni ahadi tu kutoka kwako? Vipi kuhusu rafiki zako?" Sauti ya jemedari ilisikika ikimjaribu.

"Ndio! Ndio! Watakubaliana na mimi! Tutaongea na Pilato. Atakubali. Tutawalipa watu wako. Uso wa Kayafa uliendeshwa kwa woga na gadhabu.

Jinsi askari walivyoondoka baadae na rushwa zao, na kuingia mitaani, jemedari alinong'ona, "Haitofanya kazi! Neno limeshatoka. Hawajamuua tu mfalme wao: wameficha uovu kwa hela. Wanapigana vita waliyoshindwa! Jeshi la Rumi halitakuwa sawa tena!" Alirusha hela zake za kumfunga mdomo chini na kumumunya kwa pumzi yake, "hasira na chuki ya hatia ya kujua haina mipaka. Walaaniwe!"

Alisimama ghafla, akishangaa mtaani mbele yake, alafu kwa kujiamini na sauti ya ushindi vilijaza mlio wake, alilia. "Alikuwa ni Masiha! Ni mwana wa Mungu! Mungu tusaidie sisi!" Aligeuka kwa rafiki yake kijana na kusema, "Ninaamini sasa! Ninaamini!"

Baada ya muda wa mawazo mazito alisema, "Hakuna kati yetu anayeweza kukataa. Haijalishi ni kiasi gani cha hela watajaribu kutulipa!"

Askari wawili walitingisha vichwa vyao kwa kuona hatia. Walishangaa kuzunguka mitaa ya Jerusalem, sasa ikijazwa na watu waliodamka asubuhi ambao waliamshwa kwa mapigo ya radi na mtingishiko wa dunia. "Kama ilivyo haiaminiki, hatuwezi kuamini kitu kingine chochote! Tumeona kwa macho yetu wenyewe!" Na kweli kabisa, Yesu Kristo hajashinda tu ushindi juu ya shetani kwa kuthibitisha mapendo yake kwa viumbe wake, lakini ameteka kifo pia!

Kwa tukio hili kubwa, Kristo alikaa kwa siku arobaini na wafuasi wake kuwafundisha na kuwapa maono mazito ya majukumu yao. Pamoja na kutokuamini na upinzani ulioendelea kwa viongozi wa Kiyahudi, habari nzuri zilisambaa kama moto wa msituni.

Kitendo cha dola ya Rumi kuendelea kutawala taifa la Kiyahudi kwa zaidi ya miaka mingine 300, ilipofika mwaka 476 baada ya Kristo, mengi yaliwachukiza wananchi, lakini nguvu ya neema iliishi kwenye mioyo ya wanaoamini ambao waliwatia moyo kila mtu kufikiria na kuamini.

SURA 13
YOHANA MFUNUAJI

• • • •

Mwaka 96 Baada ya Kristo

Mfungwa, akivalia ndani ya joho la kawaida na kandambili, alipambana kutunza uwiano wake wakati walinzi walipompiga na kumsukuma nje ya mlango kwenye uwanja wa gereza, halafu nje ya geti kwenye mtaa. Kunyongwa kwake hadharani kuliwaonya watu kutokujiunga na mabadiliko ya kimapinduzi yaliyovuma kwa wananchi wote wa Ulaya ya kusini na Mashariki ya Kati kama dhoruba, yakiwapa matumaini ya mabadiliko. Jinsi muhanga alivyokaribia mji wenye mkusanyiko wa Roma, alitweta alivyoona moshi ukipanda kutoka kwenye moto mkubwa chini ya jungu kubwa la mvuke.

Ulinzi wake ulikuwa wa kawaida na kushawishi, ukijazwa na ukweli na hoja sahihi, ambazo ziliwapa hasira Maadui, hasahasa Domitiano, mfalme, ambaye, kwa ghadhabu yake, alimhukumu mtumishi huyu wa Mungu mnyenyekevu kufa kwenye mafuta yaliyochemka.

"Ili kuwapoteza wote wanaoamini kwa yule muongo, Yesu Kristo wa Nazareti!" Walipayuka maadui wa Yohana.

Yohana aliazimia, "Kapteni wangu kwa uvumulivu aliwasilisha kwa wote kwamba shetani na malaika wake walitunga ili kumfedhehesha na kumtesa. Alitoa maisha yake kuiokoa dunia. Nina heshima kuruhusiwa kupata maumivu kwa ajili yake. Mimi ni dhaifu, tena mwenye dhambi. Yesu Kristo, pekee, alikuwa mtakatifu, asiye na madhara, asiyenajisiwa. Hakufanya dhambi yoyote wala hakuwa na hila kwenye mdomo wake."

Kwa hili, askari wa Kirumi walimchukua na kumtupia kwenye mafuta yaliyochemka, na kujirushia machache wao wenyewe. Sauti za kuogopa zililipuka kutoka kwenye mkusanyiko, lakini muhanga taratibu, alinyanyua tena miguu yake na alisimama bila kuumia. Miguno iligeuka kuwa makelele ya mshangao. "Ni mzima! Haiwezekani!" Uso wake uliakisi shukrani yake kwa Mwokozi wake ambaye mamia ya miaka iliyopita alitembea pamoja na Wayahudi watatu wenye thamani kwenye tanuru la moto na walitoka bila ya hata harufu ya moshi juu yao. Wengi walikuwa na hofu kutoka kwenye lile jungu, lakini Yohana alirudi kwenye makazi yake akiwa na marafiki wengi zaidi ya wakati anakuja. Wengi walikaa hadi usiku sana, wakiuliza maswali na kusoma maandiko na yeye. Ushindi mwingine alishinda!

Kwa kushangaa na kunyenyekea, lakini bila kutubu, viongozi wa Kiyahudi na gavana waliamua kufanya vizuri walivyoweza kumfukuza kwenda mahali fulani, ili ushawishi wake usiweze kuwafikia watu ambao sasa wanamchukulua kama shujaa.

Patmos, kisiwa jangwa, chenye mawe ndani ya bahari ya Aegan, gereza lisiloepukika la wahalifu wakaidi, halafu likawa nyumba ya mtume Yohana. Hatahivyo, kwenye Patmos yenye upweke, Yohana bado alishinda roho zilizo tayari kufanya chochote kwa Kristo, na kupitia furaha kubwa ya maisha yake, wakati Bwana mwenyewe na malaika watakatifu walipokuja kuwa rafiki zake.

Kwenye Patmos yenye upweke, Yohana bado alishinda roho zilizo tayari kufanya chochote kwa Kristo, na kupitia furaha kubwa ya maisha yake, wakati Bwana mwenyewe na malaika watakatifu walipokuja kuwa rafiki zake.

Lakini Ngoja Yohana atueleze hadithi yake:

"Nilipokaa juu ya huu mlima, nilifikiria Musa alivyokaa juu ya Mlima Sinai, maili 1500 kwenda kusini mashariki, na karibu miaka elfu mbili iliyopita. Tabia yangu tangu nilivyowasili ilikuwa kupanda kule juu kuwa peke yangu na Mungu kwenye siku ya saba ya wiki, siku ya Bwana. Nilitamani kuingia kwenye mapumziko yake baada ya wiki ya kuishi na kufanya kazi kwenye migodi na hawa wafungwa wasiopumzika kwenye kisiwa. Mimi ni muujiza wa maisha marefu, zaidi ya miaka themanini, yalibadilishwa kwa miaka mitatu na nusu ya Muumba wa dunia na mkombozi. Nilimtunza mama wa Yesu, Maria, baada ya kususlubiwa kwake. Niliwapa habari nzuri sio tu Wayahudi bali pia watu wa mataifa, na kuona nyuso zao angavu wakati walipotambua kwamba walikubaliwa na mbingu. Nilichunguza maisha yao yalivyobadilika—maisha yaliyobadilishwa kwa nguvu ya neno lililoandikwa na Roho Mtakatifu. Niliokoka kwenye jungu mafuta yaliyochemka. Nimekutana na kupambana na upinzani, chuki, na ujasusi, lakini bwana amenipa amani.

Jinsi jua la Mediterania lilivyolalia upande mmoja kwenye kila nyufa za miamba hapa, nililleta malighafi za kuandikia na vitabu vya maandiko. Ninapenda kuongea na Bwana wangu na kusoma na kuandika. Inanisaidia kupanga mambo vizuri. Upepo wa taratibu ulinipuliza siku ile wakati nilipokaa chini kwenye moja ya miamba ya kivolkano iliyolala mbalimbali hapa kisiswani. Nikiangalia juu ya bahari pande zote, nilihisi amani kwenye hii dunia ya maajabu. Kwa macho yangu yaliyofungwa, ufahamu wangu ulipotea kwenye mambo yaliyopita. Nikiwa mmoja wa "vijana wa radi" kwenye mji wangu wa nyumbani, nikijifunza jinsi ya kufanya kazi kwa bidii kwenye biashara ya wavuvi, nilikutana na Yesu na kuwa mmoja wa wasaidizi wake pamoja na kaka yangu, James. Mama yetu kwa furaha alikubali sisi kuwa wasaidizi wake Masiha baada ya mapinduzi makubwa, lakini baadae alisikitika kwa uchungu kwenye msalaba, kama sisi wote.

"Lakini ufufuo wa miujiza na kupaa kwa Yesu kulibadilisha kila kitu. Sasa habari nzuri za wokovu wa watu wote lazima zihubiriwe kwenye dunia. Hivi karibuni ahadi ya ufufuo mkubwa wa waliokufa kwa haki mara ya pili Yesu atapokuja duniani utatimizwa. Halafu nitamwona tena kaka yangu James ambaye alikatwa kichwa akiwa jela kwa amri ya mwovu Herode Agripa I.

"Ghafla mwanga angavu sana uliopita kwenye macho yangu yaliyofungwa na ufahamu wangu: sauti ilikuja chini kutoka mbinguni. Ndio! Ilikuwa sauti ninayoifahamu—ile ya Yesu, Kapteni wangu mpendwa—lakini ilikuwa na sauti ya peponi kama tarumbeta za mbali, kama maporomoko ya maji, kama upepo ukipuliza kuzunguka kwenye shimo kubwa.

"Na niligeuka kuona sauti iliyoongea na mimi ... moja kama mwana wa mtu, aliyevalia vazi mpaka chini kwenye miguu, aliyefungwa katikati na mkanda wa dhahabu. Nywele zake zilikuwa nyeupe kama barafu na macho yake yalikuwa kama mwako wa moto. Na miguu yake ilikuwa kama shaba nzuri kama vile iliyoungua kwenye tanuru, na sauti yake kama mlio wa maji mengi. Nilipomuona nilianguka kwenye miguu yake kama nimekufa. Aliweka mkono wake wa kuume juu yangu na kusema, 'Usiogope: Mimi ni mwanzo na mwisho. Mimi ni yule ninayeishi, na nilikufa, na tazama, Mimi nipo hai milele na milele ... Andika mambo hayo uliyoyaona, na ambayo yapo, na ambayo yatakuwa baada ya hayo.'

"Hivyo bwana Alinionyesha matukio yaliyoonyesha historia ya kanisa la kikristo chini kupitia miaka mpaka mwisho wa muda wakati yeye, kama Mfalme wa Wafalme, atakuja duniani kutoka mbinguni kuokoa watu wake waliotunza neno lake licha ya mateso na kifo.

"Na nilipewa mimi mwanzi kama fimbo; na malaika alisimama, akisema, 'Inuka na upime hekalu la Mungu, madhabahu, na hao wanaoabudu humo ndani.' Hekalu mbinguni lilitokea mara nyingi kwenye ndoto zangu. Niliona kiti cha enzi kama kilivyowekwa kwenye hekalu, mahakama, madhabahu, makuhani, kondoo, mlango, nguzo, na utaji. Kwa ndani niliona mishumaa, madhabahu ya dhahabu na chetezo. Nilimuona Mungu kwenye ukuu wake, kiti cha enzi cheupe juu ya safina, safina nzuri ya dhahabu. Zilichukua pumzi yangu. Zote zilikuwa kubwa, zenye rangi nyingi, nzuri zaidi kuliko ile halisi iliyojengwa porini ... nzuri zaidi kuliko hata kwenye hekalu la Solomoni.

"Niliona vita mbaya ya kiroho baina yake na shetani na jinsi alivyofanikiwa kuharibu ubinadamu. Niliona uumbaji mzuri iliyofanyika kwa maneno rahisi kutoka kwenye kinywa cha Kapteni, na jinsi adui alivyohamasisha uharibifu wa uzuri wake.

"Niliona mapigano ya kuogopesha yakiendelea kufikia mahali ambapo hata makanisa ya kikristo yalichukua nguvu za kisiasa na kutunga sheria, kutengeneza sheria za binadamu kulionekana muhimu kuliko sheria za Mungu za milele. Walifanya umoja kuonekana ni mzuri sana, hata kama unatokana na uongo. Haya mabishano ya hasira yataisha wakati Yesu ataporudi. Adui atakuja kama Kristo mwenyewe na kwa hila za kujitukuza sana atawaangamiza wengi.

"Malaika aliningoza kwenye ndoto, kunielezea vichache vinavyomaanisha. Mpangilio mzima wa historia ya Ukristo uliwekwa mbele yangu. Sikuweza kuanza kuelewa, lakini sikuombwa nielewe—niliambiwa tu niuandike chini. Mimi ni kama Danieli: hakuelewa pia, nini mnyama na alama zote zilichomaanisha, lakini maono yake ya unabii yalifanana ajabu na yale niliyoyapokea!

"Uzoefu gani! Kuona hekalu la Mungu mbinguni! Kuona Yesu akiwaombea watu wake, kuona safina ya mbinguni, mpangilio mzuri kwa safina ya duniani ambayo bado imefichwa mahali fulani kwenye mapango.

"Hata baada ya kupata uhuru kutoka gereza langu kisiwani, na kurudi kwenye maisha yangu huko Asia ndogo, nilifikiria kila mara muendelezo wa maono yale mazuri, heshima kubwa ya kumuona Bwana wangu tena. Siku moja tutakuwa wote pamoja."

SURA 14
MWANGA KWENYE GIZA—
HIRAM EDSON

● ● ● ●

Oktoba 1844...

Jua liliangaza sana kupitia dirisha la chumbani asubuhi ile ya oktoba 23. Hiram na mke wake, Esta, walikuwa wamechoka—walilia na kusali usiku mzima na marafiki zao chini. Ilipofika alfajiri kila mtu alienda nyumbani. Na sasa wawili wale walilala kwenye kitanda wakifikiria. Ulipita muda wao wa kawaida wa kuamka. Kulikuwa hamna wanyama wa kuwalisha. Mboga zote za kwenye bustani ziligawiwa. Kulikuwa na viazi vichache tu vilivyobaki kwenye kiunga. Walilala kimya wakiangalia paa. Hakukuwa na sababu yoyote ya kuamka. Haikuwa siku nzuri.

Majirani watasema nini? Oh, watasema, "Tuliwaambia Bwana hatokuja! Mnaweza kuwa wajinga kiasi gani?"

Ilikuwa kimya kwenye nyumba chache asubuhi ile. Walifikiria Yesu angekuja jana. Unabii katika biblia ulisema hekalu litasafishwa mwisho wa muda kipindi kilichoelezewa kwenye Danieli 8:14. Waumini duniani kote, kutoka kwa watu wa imani zote waliosoma unabii, walikuwa na hakika atakuja kwa shangwe kubwa. Furaha ilikuwa karibu ulimwenguni kote. Wananchi wengi kutoka nchi zote duniani walielezea imani yao mpya kwa Kristo na walijiwekea ahadi wenyewe kuwa waaminifu kwake.

Lakini oktoba 22 ilikuja na kuondoka, na Yesu hakutokea. Ni fedheha gani! Wengi wa "waumini" wapya waliondoka haraka kama walivyokuja.

Na sasa familia ya Edson ilibidi wawatizame majirani zao ambao waliwadhihaki kabla. Watasema, "Tuliwaambia Yesu alisema, 'Hakuna ajuaye siku wala saa isipokuwa Baba yangu wa mbinguni!' Tuliwaambia! Sasa mtafanyaje?"

Lakini watu wengine walivyofikiria sio jambo baya zaidi. Matumaini yao yalikuwa ni bure? Maandiko yaliwadanganya? Mungu hakujali? Hivi kulikuwa hata na Mungu?

"Ndio Mungu yupo. Tunajua yupo pamoja nasi, lakini anawezaje kutufanyia hivi sisi?"

Hatimaye, Hiram Alipambana kuamka na alikaa kwenye upande wa kitanda. Alihisi baridi. "Vema, inabidi turudie kusoma mambo yote tena na kuona wapi tulipokosea. Tutahitaji kukaa pamoja na rafiki zetu kidogo tena na kulifanyia kazi pamoja. Hatuwezi tu kukata tamaa. Biblia ni ya kweli; kwa kiasi fulani, tumekosea."

Kwa hiyo baada ya kifungua kinywa cha viazi, Hiram na rafiki yake Owen Crosier, walijijikota kupitia shamba la mahindi, likiwa bado na tita kubwa la mahindi ndani yake, kuelekea kwenye ghala la jirani ambalo wanaume mara nyingi hukutana kusoma na kusali.

"Labda wengine watakuwepo pale. Jinsi tulivyochoka, hatuwezi kulala hata hivyo; Tunaweza pia kusoma zaidi na kuona ni wapi tulipokosea. Mungu hajatuacha. Ninajua ata ..."

Ghafla Hiram alisimama, lakini Crosier aliendelea. Ilikuwa ni kama vile mkono uligusa bega la Hiram. Alisikia sauti: "Hekalu lipo mbinguni." Aliangalia juu angani na kwa macho yake ya rohoni alimuona Kristo, alivaa kama kuhani mkuu akiwa na deraya ya kifua yenye vito kifuani mwake, akiongoza mbele ya snduku la agano!

Mbinguni! Sio duniani! Ameenda sehemu takatifu zaidi! Siku ya upatanisho! Utakaso wa hekalu mbinguni!

Alianguka kwa magoti kwenye ardhi ya baridi, Hiram alinyanyua mikono yake iliyokunjwa kuelekea mbinguni, "Oh, Asante, Bwana! Asante! Asante!"

Aliruka juu, na kuanza kukimbia, akijikwaa kwenye mabonge ya udongo na mabua ya mahindi yaliyokatwa, kuelekea kwenye ghala ambapo alikuta marafiki zake wamekaa kuzunguka juu ya marobota ya nyasi na ndoo zilizogeuzwa chini juu wakiwa na biblia zao, wakifungua kurasa na kuulizana maswali kila mmoja, wakimuangalia kwa nyuso zilizofifia, zilizosawajika.

Walikuwa wakisoma tangu alfajiri, wakilinganisha andiko kwa andiko, wakisali pamoja, wakiwapa moyo wale ambao majirani na familia zao zimewakataa. Wakinukuu ahadi za andiko, kila mtu alipata faraja, halafu atayawasilisha yale kwa wengine. "Yule mwenye kuvumilia mpaka mwisho ndiye atakayeokoka!" "Kuwa hodari na mwenye moyo wa ushujaa ..." "Yeye ajaye, atakuja." "Tazama, naja haraka, na ujira wangu upo pamoja nami kumlipa kila mtu kama kazi yake ilivyo."

Aliharakisha kuelekea ghalani akitweta, Hiram alipayuka habari nzuri, "Nimeiona sasa! Nimemuona Yesu!" Alisimama akiwa ameshikilia biblia yake kwa urefu wa mkono. "Iko hapa! Yeye ni kuhani mkuu amesimama mbele ya safina! Utakaso wa hekalu! Iko mbinguni! Sio duniani!

Rafiki zake waliruka kwa miguu yao, wakakusanyika kumzunguka. Hiram alirudia, "Nimemuona! Alivaa kama kuhani mkuu alisimama mbele ya safina!"

"Ndio, Kwa nini hatukulifikira hili? Utakaso wa hekalu mbinguni!"

Hiram alisimama kati ya rafiki zake na kuelezea, "Mnaiona? Yesu alivaa nyeupe kote kuanzia kichwani hadi chini, kwenye kichwa chake alikuwa na kilemba kikubwa nyeupe chenye chuma kwenye paji lake la uso. Na alikuwa na vito mbele yake: deraya ya kifua, iliyofunikwa na vito, vya rangi zote na zilimetameta!"

"Waebrania! Hapo ndipo ilipo! Vyote vipo Waebrania!" Crosier alipayuka.

Wanaume haraka walinyanyua biblia zao, walikaa chini na kufungua kifungu kwenye Waebrania 9 kilichomuelezea Kristo kama Kuhani mkuu akihudumu kwenye hekalu la mbinguni. Dhambi zote zilizoletwa mahali patakatifu wakati wa mwaka zilihamishwa kwenye sanduku la agano na kiti cha rehema siku ya upatanisho! Na Yohana aliona safina kwenye hekalu la mbinguni! Ufunuo!

Somo kamili la Waebrania, Agano la kale, na Ufunuo, pamoja na Danieli, uliweka wazi uwepo muhimu wa hukumu ya Kristo na maombezi, na hatimaye uliwaridhisha wale wasomi waaminifu wa biblia.

Aliporudi nyumbani baadae mchana, mke wa Hiram Esta aliishika mikono ya Hiram akipewa habari. Hiram alimshika karibu yake. "Ile kejeli haimaanishi chochote sasa. Maana iko wazi. Kitabu cha Waebrania kinathibitisha hilo!" Alikaa chini kwenye meza ya jikoni. "Na kitabu cha Ufunuo—ni cha kushangaza. Kwa mara nyingine tena, agano jipya liliipa nuru Agano la kale na Agano la kale, jipya!"

Esta alishusha pumzi kwa nguvu, aliangalia mbali, akatingisha kichwa, alifumba macho yake, na hatimaye alitabasamu. Hisia nyingi mchanganyiko.

Kwa sababu waumini wengi wa ujio wa Yesu walisikitishwa kwa uchungu, ama walirudi kwenye makanisa yao au waliacha kabisa kwenda kanisani. Kati ya maelfu ya watu duniani kote ambao walitegemea Kristo kuja, walibaki karibia watu hamsini tu ambao walikuwa na ujasiri na kurudi kwenye biblia zao. Mungu hajawaacha watu wake! Leo namba yao inafikia mamilioni!

Waumini hawa waaminifu, katika mwezi uliofuata, walisoma mafundisho ya hekalu. Mafundisho ya biblia yaliweka wazi maana ya kumwaga damu ya Kristo, na sababu ya kifo chake. Na sasa akihudumu kama Kuhani mkuu, balozi wa mbinguni hapa duniani, na wakati huohuo akiiwakilisha dunia mbinguni. Kristo alithibitisha uaminifu wake kwa wafuasi wake waaminifu.

Wakisoma somo la siku ya utakaso, waumini walijifunza vitu vingi ambavyo vilikuwa muhimu kwa hali yao wenyewe: Waisraeli wa zamani walifundishwa kujisafisha wenyewe na makazi yao, ili kuondoa uchafu wote, na kuweka mambo sawa na majirani zao kabla ya siku kuu ya sadaka ya mwaka. Ile ilikuwa ni ya muhimu zaidi. Na sasa kwenye hekalu la mbinguni hukumu imewadia, na kumbukumbu za wote zitapitiwa.

Hiram na mke wake waliweza kupitia mafundisho yao mapya. Hiram alinong'ona, "Vema, kama tusingekuwa wasafi, tusingefika hapo! Lakini asante Mungu, Ametengeneza njia, kwahiyo kumbukumbu zetu zimesafishwa. Asante, Bwana!" Aliangalia nje ya dirisha. "Basi, kwa kuwa tupo huru sasa na wenye kushukuru sana, na tunampenda yeye sana, tutamtumikia na kumfuata yeye popote anapotuongoza."

Esta alishangaa, "Agano jipya! Ameziandika sheria ndani ya mioyo yetu!"

Hiram na mke wake kwa wakati ule walipata ujasiri mpya wa kutoka nje, nyuso zao ziliwaka, kuwapa habari mpya nzuri kwa majirani zao na marafiki. Wakati huohuo, kupitia siku zile za shida, na miaka mingi tangia hapo, ndani ya sanduku la agano la duniani, zilikuwepo meza za mawe, kanuni za Ulimwengu za kuishi sawa, lililofichwa mahali fulani kwenye pango. Zilikuwa ni nakala ya sehemu kubwa kutoka mbinguni, alipewa Musa akiwa Sinai. Lakini juu, iliyofunika Amri kumi, ni dhahabu ngumu, na uwepo wa Mungu wa rehema.

SURA 15
JIWE LILILOBADILISHA MAISHA YA BINTI MDOGO

• • • •

1836...

Akiwa na nywele ndefu zenye mawimbi zinazo ruka ruka, na vitabu vya shule vilivyoning'inia vibaya, na nyayo na miguu iliyokimbia kwa haraka iliwafanya wasichana wadogo watatu waende kasi, umbali kwenda mjini ulifupishwa kwa sekunde. Msichana wa nne aliyekimbia nyuma alinyanyua jiwe.

Harakisha! Maduka yatatupa ulinzi kama tutayafikia kwa muda. Wakati msichana mmoja alipoangalia nyuma, jiwe kubwa lilivurumishwa hewani na kumpiga kwenye uso wake. Muda ulisimama. Alidondoka chini, damu ilibubujika kutoka kwenye pua yake iliyo sawazishwa, Ellen alizimia.

Hivyo, kadhia ya mapema karne ya 19 ya unyanyasaji ilizindua kazi ya msichana mmoja mdogo aliyechaguliwa na Mungu kufikisha ujumbe wa maelekezo na faraja kwa kanisa kinda ambalo namba yake leo ni zaidi ya wanachama milioni kumi na tisa kwenye kanisa la Kiprotestanti linalokua haraka zaidi duniani.

Baadae, baba wa msichana mdogo, kutokana na uchovu wa wiki kadhaa mbali na safari ndefu kwenda nyumbani, haraka alimlisha na kumpa maji farasi wake, alivuta gari lake dogo la farasi ndani kutokana na hali ya hewa, na aliharakisha kwa wasiwasi kuelekea nyumba yao shambani. Mke wake mpendwa na watoto walikimbia nje kwenye baraza kumsalimu kwa kumkumbatia na mabusu.

Watoto wamekua kwa muda mfupi hivi! Walikusanyika jikoni wote na kuzungumza mara moja. Aliwakumbatia kila mmoja wakati wakimfurahia. Na bado ... kulikuwa na kitu cha wasiwasi kwa muda ule ule. Kuna kitu hakiko sawa. Namna fulani, alihisi wingu linazunguka juu ya familia yake ndogo. Wako wangapi? Sita, Saba ... ndio, kuna mtu hayupo. Aliangalia kuzunguka chumba, halafu alimwangalia mama. Ellen! Yuko wapi Ellen? Nyuso zao za furaha ziligeuka kuwa makini wakati mama aliponong'ona mahali alipo Ellen, akionyesha kuelekea stoo ya chakula.

"Kwenye stoo ya chakula? Kwa nini?" Baba alipiga hatua kuelekea stoo ya chakula. Kisha uso wake ulififia wakati binti yake wa miaka tisa alipokuja jikoni. Sauti yake ilitoka wakati alipoliita jina lake. "Ellen!" Alipiga magoti na kumchukua taratibu kwenye mabega yake. Aliyekuwa mchangamfu, mtoto mzuri aliinamisha kichwa chake, akijaribu kuuficha uso uliokaa vibaya, na machozi yalitiririka chini kwenye mashavu yenye makovu. Pua yake ilisawazishwa kwenye uso wake, na bado ilionyesha makovu mekundu. Macho yake, yakiwa bado meusi, yaliomba uelewa na faraja, "Baba!"

"Nini kimetokea?" Alizuia kilio cha baba wakati vidole vyake vikigusa uso wake. Mtoto alihuzunika na kuanguka kwenye mikono yake. Alimshika kwa karibu, akipapasa nywele zake wakati mwili wake dhaifu ukitetemeka kwenye kumbatio lake.

Dada pacha wa Ellen, Elizabeth alisogea karibu. Baba alimvuta pamoja. Elizabeth alitaka kumuelezea nini kilichotokea, "Yule msichana mkubwa shuleni anayependa kutuchokoza, alitupa wasiwasi karibu kila siku. Mama alituambia tukimbie nyumbani kama akianza kuwa katili. Kwa hiyo siku ile, msichana alianza kutukimbiza, akipayuka maneno ya chuki. Ellen aliangalia nyuma kuona amefika karibu kiasi gani, na muda huo huo yule msichsna alirusha jiwe lililomgonga Ellen hapo kwenye uso!"

Alianguka chini akitokwa na damu tele. Msichana yule alikimbia mbali haraka. Rafiki mwingine wa kike na Elizabeti walijaribu kumnyanyua Ellen lakini alipambana kwa miguu yake na alichechemea wakati wasichana walipomuongoza kwenye duka la karibu. Watu walijaribu kusaidia, akini hakutaka kuwapaka damu. Hata mwanaume mmoja alijitolea kumleta nyumbani kwa gari lake la farasi, lakini hakutaka kwenda naye kwasababu hakutaka kupaka damu ndani ya gari la farasi.

Elizabeti alianza kulia. Baba aliwashika mapacha wake wote na kumuangalia mama.

Kisha mama alielezea, "Haya yametokea wiki zilizopita. Daktari amekuja kumuona Ellen mara kadhaa na ameonyesha mshangao wake kwamba bado yuko hai. Unaweza kuona ni kiasi gani cha uzito amepoteza. Amekuwa akiumwa sana, na tulishindwa kujua ni jinsi gani tungewasiliana na wewe."

Baba, akiwa bado amepiga magoti, aliweka sawa nywele zao zilizotimka. Kisha alisimama kwa miguu yake, mtazamo wa kuamua kwenye uso wake ulituma ujumbe kwa wote. Sasa ni muda wa kuishi juu ya jambo hili, "Nakuahidi Ellen, tutafanya kila kitu kukufanya wewe upate nafuu, na kufanikiwa kwenye maisha licha ya hili lililotokea. Kulikuwa na sababu nzuri ya kwanini Mungu aliruhusu hili litokee, na wewe unatakiwa umuamini. Atakuongoza na kukufanya uwe moja ya watumishi wake." Baba alirudisha ujasiri kabisa kitu kilicho wafurahisha wao wote, "Unatakiwa ujiweke mwenyewe chini ya uangalizi wa Mungu. Na maombi mara zote husaidia. Ngoja tuongee naye sasa kuhusu hili jambo lote."

> "Nakuahidi Ellen, tutafanya kila kitu kukufanya wewe upate nafuu, na kufanikiwa kwenye maisha licha ya hili lililotokea. Kulikuwa na sababu nzuri ya kwanini Mungu aliruhusu hili litokee, na wewe unatakiwa umuamini. Atakuongoza na kukufanya uwe moja ya watumishi wake."

Familia ilipiga magoti kama walivyofanya mara nyingi kabla na hali nzuri, na baba alinyanyua uso wake na sauti kuelekea kwa Mungu wa mbinguni. Iliweza kwenda kitu kama hivi:

"Oh, Baba, asante kwa familia hii nzuri. Asante kwa kunileta nyumbani tena. Asante kwa kuwa mara zote umetuweka na kutujali sisi.

Hatujui kwa nini hili limetokea kwa binti yetu mdogo. Tumejaribu kuweka mambo sawa, lakini tumeshindwa mara kwa mara. Tafadhali, roho yako ya uponyaji na kusamehe iwe kwetu na kuweka mambo sawa kwa Ellen. Na tafadhali msamehe mwanafunzi mwenzake aliyofanya hivi kwake. Tuna uhakika atakuwa anajisikia vibaya pia. Tupe wote moyo wa kusamehe na utusaidie tuwe Baraka kwake na kwa familia yake kwa wiki na miezi ijayo. Tunadai ahadi yako kwamba mambo yote yatakaa pamoja vizuri kwa wote wanaokupenda wewe na walioitwa kulingana na kusudi lako. Tafadhali mfanye mtoto huyu wako sawa tena na utuponye wote. Katika jina la Yesu, Amina."

Uso wa Ellen haukurudia tena uzuri wake wa asili. Sayansi ya matibabu kwa miaka ya 1830 na 40 haikukidhi mahitaji ya wale wenye majeraha ya kiwewe. Wakati Ellen akikua kwenye ujana wake, uso wake, ingawa una makovu, ulikua umepungua kuchukiza. Mwili wa binadamu hupona kwa miujiza, lakini kwa kadhia hii, Ellen, ambaye muda wote ni mwenye nguvu na akili, hakuijua afya kamili tena. Walimu wake wa shule, baada ya wiki chache za kumuangalia Ellen kwenye majaribio yasiyo na mafanikio ya kusoma na kuandika, waliwashauri wazazi wamtoe shule. Kwa Ellen hili lilikuwa ni pigo kubwa katika yote.

Baada ya miezi ya mapambano ya kiroho, Ellen alikuwa Mkristo aliyejitolea. Alitumia muda wake mwingi peke yake na Bwana akijaribu kutatua changamoto zake za ukoma. Familia ilikuwa ya kanisa la Methodist na Ellen alipenda kusoma biblia. Alijiunga na vikundi vya wanawake vya kusoma na vipindi vya maombi. Hata katika umri wake mdogo, umakini wake, mwenendo wake wa kufikiria uliwapendeza wanawake wazee.

Katika umri wa miaka kumi na saba alikuwa bado anaugua kiafya, lakini siku moja alipopiga magoti akiwa na kikundi cha wanawake kwa kuabudu na maombi, Ellen ghafla hakutingishika.

"Ellen! Ellen! Uko sawa?" Walikusanyika karibu, wakimsaidia kwa miguu yake na kumkalisha kwenye kiti.

Uso wake uling'aa, "Nili … Nilikuwa naota! Ili … Ilikuwa nzuri—lakini ya kuogopesha!" Aliangalia kuzunguka chumba kama vile hakuamini alikuwa pale, na halafu uso wake ulijawa na machozi, na alianza kulia.

"Pale, pale, mtoto, uko sawa sasa." Mmoja wa wanawake aliweka sweta lake kuzunguka mabega ya Ellen.

"Nilinyanyua macho yangu, na kuona njia nyembamba iliyonyooka, ikielekeza juu ya dunia. Kwenye njia hii watu wa Sabato walikuwa wanasafiri kwenye mji, ambao ulikuwa mbali mwisho wa njia. Walikuwa na mwanga mkali uliowekwa nyuma yao mwanzoni mwa njia, ambao malaika aliniambia mimi ulikuwa kilio cha usiku. Mwanga huu uliangaza kwenye njia yote na kuwapa mwanga kwa ajili ya miguu yao ili wasijikwae. Kama wakiweka macho yao kwa Yesu tu, ambaye alikuwa mbele yao, akiwaongoza kwenye mji, walikuwa salama. Lakini mara wengine wakapatwa na wasiwasi, na kusema mji ulikuwa mbali sana, na walitegemea kuingia kabla. Kisha Yesu aliwatia moyo kwa kunyoosha mkono wake tukufu wa kulia, na kutoka kwenye mkono wake ulikuja mwanga ambao ulitikisika juu ya kikosi cha Waadventi, na walipayuka, 'Haleluya!' Wengine kwa haraka waliukataa mwanga nyuma yao, na kusema hakuwa Mungu aliyewaongoza mbali vile. Ule mwanga nyuma yao uliondoka, na kuacha miguu yao kwenye giza sana, na walijikwaa na hawakuona ishara wala Yesu, na walianguka chini ya njia kwenye ulimwengu wa giza na uovu chini. Mara tulisikia sauti ya Mungu kama maji mengi, ambao ulitupa siku na masaa ya Yesu kuja. Watakatifu wanaoishi, wakiwa 144000 kwa namba, walijua na kuielewa sauti, wakati waovu walifikiri ni muungurumo na tetemeko la ardhi ..."

Kupita miezi na miaka, maombi ya baba yalijibiwa. Msamaha na amani ilitawala kati ya familia ya Ellen na ya msichana ambaye alirusha jiwe. Kwa kweli, huyu binti mdogo alimsaidia Ellen kusoma. Ellen punde alijifunza kusoma na kuandika. Kwa kushangaza, akiwa na madarasa machache ya elimu rasmi, alipewa heshima kwa kuandika vitabu vingi, kuvitafsiri kwenda kwenye lugha nyingi, na Maktaba ya Marekani ya Congress ilimtangaza kama muandishi wa maandiko yenye mamlaka zaidi na yenye kuvutia kiroho juu ya maisha ya Kristo.

Mungu alijibu maombi ya baba yake kwa njia nyingine ya miujiza: Alimpa kazi ya kuwasilisha ujumbe kwa watu wake, ujumbe sio tu wa faraja, lakini wa kukemea na kusahihisha. Alitimiza vigezo vyote vilivyowekwa mbele na biblia kwa kazi yake ya unabii. Wakati wa maono hakuhema, macho yake yalikuwa wazi, hakuweza kuhamishwa, mara nyingine aliongea, lakini kwa sauti yake nzuri ya upole. Wakati wa maono yake, aliweza kurejea maandishi ya maandiko bila kuangalia, na kuyanukuu, na mara nyingi aliona kwenye maono mabaraza katika kikao, makanisa, na taasisi nyingine wakijitahidi na makosa, maisha binafsi ya watu, au jambo muhimu linaloonyesha eneo la baadae la hospitali au chuo. Kisha huandika chini alivyoviona. Maono yalithibitisha kuwa kweli, wakati mwingine licha ya kukataliwa au upinzani, lakini yalikuwa kweli mwishoni.

Maisha yake mwenyewe binafsi yaliiga wanawake wacha Mungu bora, alimpenda mume wake, watoto, na nyumba, alitunza bustani, kushona, kupika na kusafisha. Ingawa alipendelea kukaa nyumbani na kutunza familia yake, aliitwa kusafiri mara nyingi, na alienda kwa sababu tu Mungu alimuita yeye kwenda.

Asubuhi moja Ellen, akiwa nyumbani kwake, alikaa macho muda mrefu usiku akiandika alichokiona kwenye ndoto zake na maono. Asubuhi hii aligugumia kwa ndani wakati aliponyanyuka kutoka kwenye dawati lake, bado macho yake yaliangaza jinsi alivyoangalia nje ya dirisha wakati wa alfajiri. Alinyanyua kichwa chake wakati asubuhi ilipomsabahi. Aliandika haraka alivyoweza usiku wote, akichovya kalamu yake kwenye wino hadi tone la mwisho la wino lilipopotea. Ndoto yake ya mwisho ilimuacha dhaifu lakini mwenye furaha, na aliamua kwamba lazima iandikwe haraka.

Kati ya vitu vingi ambavyo Mungu alimuonyesha lilikuwa jengo la hema halisi, matukio ya historia ya sanduku la agano, jinsi ilivyojengwa, na baadae kufichwa kwenye pango. Alionyeshwa jinsi Kristo alitimiza ishara zote katika huduma za hekalu. Hakuwa tu kuhani mkuu, lakini kondoo, alitetolewa sadaka kwa dhambi zote za wanadamu.

Miaka mingi baadae, kuelekea mwisho wa huduma yake ndefu, Ellen aliona maono ya siku ya mwisho kabla ya Kristo kuja kwenye mawingu. Waovu waliojaribu kuharibu Amri za Mungu—kuwaweka watu kwenye usiku mmoja, duniani kote, waliangalia angani kwa uoga wakati sanduku la dhahabu likifunguliwa katika mandhari yote mbele ya wakazi wa dunia, ikionyesha Amri kumi kwenye utukufu halisi.

Baada ya miaka zaidi ya sabini ya kazi, nyingi zaidi kwenye umasikini, akiondoka kwenye faraja ya nyumbani na familia, Ellen alishangaa kuona namba ya waumini ikikua. Tofauti na yule mwoga wa miaka kumi na saba asiyejiweza, alifurahi kwa nguvu, uwezo, na ujasiri Bwana aliompa kwa miaka na kuona mioyo ya kweli ikitoka nje ya giza kwenye mwanga wa milele wa biblia ya kweli.

SURA 16
SHERIA MBILI

● ● ●

Amri kumi—kanuni ... kwa wanadamu wote

Hizi ziliandikwa kwenye jiwe kwa kidole cha Mungu na ziliwekwa ndani ya sanduku la dhahabu. Hiki ndicho kiliifanya safina kuwa takatifu.
1. Usiwe na miungu mingine isipokuwa mimi.
2. Usijifanyie mwenyewe sanamu la kuchonga la aina yoyote wala Mfano wa kitu chochote kilichopo juu mbinguni, wala kilicho chini duniani wala kilicho majini, Usivisusujudie wala kuvitumikia, kwa kuwa Mimi, Bwana Mungu wako, ni Mungu mwenye wivu, ambaye sitavumilia mapenzi yako kwa miungu mingine yoyote. Ninawapa wana maovu ya wazazi wao. Familia nzima itaathirika—hata watoto kwenye kizazi cha tatu na cha nne kwa wale wataonikataa mimi. Lakini ninawarehemu maelfu ya wale wanipendao mimi na kutii amri zangu.
3. Usilitaje bure jina la Bwana Mungu wako. Bwana hatamhesabia kuwa hana hatia mtu alitajaye jina lake bure.
4. Ikumbuke siku ya Sabato na uitakase. Una siku sita kila wiki za kazi zako za kawaida, lakini siku ya saba ni siku ya Sabato ya kupumzika iliyotolewa kwa ajili ya Bwana Mungu wako. Kwenye siku hiyo, asiwe mmoja wapo kwenye nyumba yako akifanya kazi. Hii inahusisha wewe, vijana na mabinti zako, watumishi wako wake kwa waume, mifugo yako, na wageni wote wanaoishi kati yenu. Maana kwa siku sita Bwana alifanya mbingu, na nchi, bahari, na vyote vilivyomo ndani yake; lakini siku ya saba alipumzika. Hii ndiyo sababu bwana amebariki siku ya Sabato na kuiweka takatifu.

5. Waheshimu baba na mama yako. Halafu utaishi maisha marefu uijaze ardhi aliyokupa Bwana Mungu wako.
6. Usiue.
7. Usizini.
8. Usiibe.
9. Usimshuhudie uongo jirani yako.
10. Usiitamani nyumba ya jirani yako. Usimtamani mke wa jirani yako, mtumishi wa kiume au wa kike, ng'ombe wala punda, au kitu chochote kile cha jirani yako.

Sheria za sherehe
(Ziliandikwa kwenye vitabu vya Musa na kuwekwa nje ya safina)

Kati ya kanuni na sheria alizopokea Musa katika kipindi cha wiki sita alicho kaa kwa muda Sinai ilikuwa ni maelekezo ya Mungu ya mfumo wa utoaji dhabihu uliohitajika kuashiria sadaka yake mwenyewe kwa watu wake. Sheria hii ni ile ambayo ilipigiliwa misumari kwenye msalaba; kwa maneno mengine, sadaka ya Yesu ilitimiza sheria hii.

> Kama mtu akifanya dhambi, kama akivunja moja ya Amri kumi, adhabu itakuwa kifo cha milele, lakini damu ya kondoo ingekuwa mbadala wa maisha yake mwenyewe.

Tukirudi mwanzo, baada ya Adam kuchagua kula tunda la mti uliozuiwa, na hivyo kumsaliti Muumba wake, Mungu alisema alete kondoo bila ya doa. Kama mtu akifanya dhambi, kama akivunja moja ya Amri kumi, adhabu itakuwa kifo cha milele, lakini damu ya kondoo ingekuwa mbadala wa maisha yake mwenyewe. Matokeo ya dhambi ni kifo, na kondoo atakufa kwenye sehemu ya mwenye dhambi. Kifo chake kilifananisha sadaka ya Mwana wa Mungu ambayo ingetolewa kwa dhambi za wanadamu.

Sadaka za chakula, kama nafaka, ilikuwa ni sehemu ya huduma za hekalu kama sadaka za shukrani kwa mavuno mazuri. Sadaka hizi za chakula zilisheherekea uzuri wa Mungu kwa kutupa riziki na ulinzi. Wakati Mungu hakuhitaji kafara na sadaka zozote, waliwakumbusha watu juu ya uhitaji wao kwake, kwa mahitaji yao binafsi, na kafara ya mwisho ya Muumba na Mwokozi wao.

SURA 17

WEWE UTAISHIA WAPI?

• • •

Leo na kuendelea

Ndege isiyo na rubani ilizunguka kimya juu. Miali isiyoonekana ilipenya kwenye giza. Wadudu na viumbe wa usiku waliacha kuimba na kuita. Kundi la wapiga kambi walikaa chini kwenye mifuko yao ya kulalia wakisubiri, wakisubiri. Bila shaka kambi yao itaonekana licha ya tahadhari walizochukua, walificha eneo lao vizuri walivyoweza. Wewe na mkeo bado mmelala, mlishikana mikono yenu, mkisubiri, mkisikiliza.

Ni kwa muda gani mmekuwa hapa mahali kwenye miti? Labda miezi miwili? Mliondoka nyumbani katika kijiji chenu kidogo kaskazini, mlikata mawasiliano ya GPS zenu, simu za mikononi, na vifaa vingine, vinavyo waunganisha na marafiki zenu na kusafiri kwenye gari kuu kuu kwenye sehemu za ndani za milima mbali sana barabara ilipoenda. Kwa kutumia ujuzi wenu wote wa kambini kwenye kubeba chakula na mahitaji, mliacha gari lenu kwenye ghala lililotelekezwa, na mlitembea umbali mrefu kwenda eneo hili la mbali na mlipiga kambi hapo kwa wiki kadhaa.

Kila mmoja ya wanandoa alitengana na mwenzake ili mmoja wao akionekana, wengine wasipatikane, walifunika kabisa mahema kwa kijani, wakificha mahitaji yao chini ya ardhi, na kukutana mara moja tu katika kipindi cha siku tatu au nne kutoa taarifa, kusoma biblia, kusali pamoja, na kutiana moyo kila mmoja. Uliomba kwa miaka iliyopita kwamba "kukimbia" kwako kusiwe wakati wa baridi, kama Kristo alivyoelekeza kwenye Mathayo 24, na sasa unashukuru kwa majibu yake ya maombi yale. Hata ingawa usiku wa kiangazi kuna baridi hapa, sio msimu wa baridi ambapo hushuka mpaka digrii thelathini au arobaini chini ya sifuri.

Ujuzi wako wote wa kuishi unakuwa ni kipaumbele. Vyakula vilivyokauka na kutafuta mimea inayolika kulifanya uhamiaji wenu uwe wa kuvumilika zaidi. Radio ndogo za nguvu ya sola ziliendelea kuwapa taarifa ya habari mpya ambazo sio nzuri, lakini ni nzuri. Habari zinavyokuwa mbaya zaidi, ndivyo karibu uokoaji wako utakuwa.

Ghafla mlisikia sauti za matawi na fimbo zikivunjwa chini ya miguu na sauti zikisema taratibu, "Hapa!" Punde hema lenu lilichanwa wazi na visu, na nyinyi wawili mlionekana na askari wanne waliwanyooshea bunduki.

"Nyanyukeni! Mnakuja na sisi!" Mliongozwa kama umbali wa nusu maili kwenye kambi. Jeshi liliweka watu kutafuta "walokole" wowote waliokimbia na kuwarudisha jela. Gereza hilo jipya lililo karibu na mji kwenye nchi linawashikilia "wengi wao", kama mmoja wa majaji alivyoagiza. Hata ingawa sehemu ile ilikuwa mpya iliyojengwa katikati ya mji, usiri ulikuwa ulitapakaa. Lilikuwa limetangazwa kama "Ulinzi" kwa wahamiaji haramu. Umeshawahi kusikia kuhusu hili gereza, sehemu ambayo waumini walikuwa wanachukuliwa kwa hali iliyofanya Abu Ghraib iwe kama chekechea.

Sehemu ngumu ya kuingia mahali hapa ni kuwa nyinyi wawili lazima mtenganishwe. Midomo ya mke wako ilitetemeka "Mungu akubariki, nakupenda!" alipochukuliwa njia moja na wewe nyingine. Kulikuwa na wanaume na wanawake wengi pande zote, yalikuwa tu ni mahesabu ya kudhoofisha azimio na uadilifu wa maadili kwa wafungwa wote.

Ulipoteza radio yako kwenye uvamizi, lakini walinzi waliendelea kuwataarifu habari. "Watu kama nyie ndio chanzo cha matatizo haya yote!" walicheka. Miji mingi ilifutwa kwenye uso wa dunia kwa matetemeko ya ardhi, mafuriko, mashambulio ya kigaidi, na sunami; moto uliwaka mkali sana kwenye mamilioni ya ekari ya tambarare na misitu; hali ya kiuchumi duniani ilianguka kabisa; sheria za kawaida zinazozuia watu kuvunja kwenye nyumba za majirani zao kutafuta chakula. Kila mahali duniani kote, usalama ni kitu kilichopita. Mikusanyiko na makunndi yalizunguka kwenye mitaa ya mji kuharibu maduka, stoo, nyumba binafsi, hospitali hata nyumba za kulelea watoto. Mabomu ya zamani ya nyuklia na atomi, yaliyofichwa kwa miongo, yaliharibu miji mikubwa duniani.

Kwa nini watu wote hawa wapo gerezani? Kwa sababu wamekataa kufanya kazi katika siku ya saba ya wiki, jumamosi. "Haikuwa muhimu siku gani ilifuatwa" Ilifundishwa kwa karne, lakini sasa ghafla, kwa shirikisho na sheria moja ya ulimwengu mambo yalibadilika kabisa. Kwa hiyo, wewe na mke wako, mahali fulani kwenye maficho ya mbali ya gereza hili "mliwekwa" pamoja na wavunjaji wengine wa sheria ambayo "sio ya muhimu."

Mlihukumiwa pia kwa "uhalifu wa chuki." Ingawa hamumchukii yoyote yule, mlifundisha unabii wa biblia ambao ulisema makosa mabaya katika makanisa makubwa ambayo yalijaribu kulazimisha mafundisho ya uongo yaliyotengenezwa na watu juu ya wale ambao wanapendelea kujifikiria wenyewe. Unabii wa biblia ulitimia haraka.

Kila mahali duniani kote, usalama ni kitu kilichopita. Mikusanyiko na makunndi yalizunguka kwenye mitaa ya mji kuharibu maduka, stoo, nyumba binafsi, hospitali hata nyumba za kulelea watoto. Mabomu ya zamani ya nyuklia na atomi, yaliyofichwa kwa miongo, yaliharibu miji mikubwa duniani.

Siku zilipita. Hukuona yoyote kati ya marafiki zako mliokuwa kambi moja. Labda hawakugundulika. Kulikuwa na mapango machache kwenye milima; ni matumaini, waliweza kujificha sehemu kama zile. Nani anayejua?

Siku ilifika. Maafisa wawili wenye sura mbaya walikusindikiza kwenye chumba kidogo kilichojaa cha mahakama, sehemu ya jengo ambalo wewe umekaa kwa mwezi mmoja uliopita bila ushauri wa kisheria au wageni. Familia yako ilikupuuzia, kitu ambacho ulitegemea, tangu walipokuchukulia kwa upole lakini si kirafiki tangu uliporudi kwenye mji wako wa nyumbani miaka miwili iliyopita, ukiwa umeacha biashara yako yenye mafanikio mjini kwa amani, kuishi kwenye mji mdogo. Ukifikiri ungekuwa bora kwenye eneo dogo, na ukitumaini kuwa ungeweza kufanya kazi kazini kwako bila ubaguzi, ulikuja nyumbani, lakini hali kama ile ilikuwa hapa. Sasa sheria ya ardhi ilibadilika, na huwewzi kuishi kama unavyotaka, kufuata biblia na kumtii Mungu kama unavyopaswa kuamini.

Sasa mnashtakiwa kwa kosa la kuvunja sheria ya jumapili ambayo ilipitishwa miezi michache iliyopita na serilkali ya mseto, ambayo ilisema inamfurahisha Mungu kwasababu alitaka kila mtu kuungana chini ya sheria moja. Walijaribu kwa miezi kuharibu biblia zote, walienda nyumba kwa nyumba kuzisaka na kuzichoma. Hata Raisi wa Marekani aliagiza biblia za jeshi kuchomwa, lakini biblia bado ilikuwa sheria nzuri ya imani, na nyinyi mmekataa kufanya kazi siku ya jumamosi. Kwa hiyo mlikamatwa, na mlitumia wiki nyuma ya nondo mkijaribu kuwa na heshima kwa wale ambao hawana heshima kwenu.

Mawazo yako yalirudi wakati uliopo wakati jaji anaingia kwenye chumba cha mahakama. Ulisimama na wengine, nyundo ya mahakama ilipigwa chini, na mkakaa. Kwenye meza yako alikuwepo mwanaume mwingine, mwendesha mashtaka, alionekana kujiamini na kujishusha. Ulikaa mwenyewe, ukitegemea kutoa utetezi wako mwenyewe. Karani alisogea mbele na kutaja jina lako.

Alianza kwa kuelezea kosa lako: "Amevunja sheria ya ardhi. Amekuwa chanzo cha matatizo kwenye jamii kwa sababu amekataa kutii sheria ambayo iliwataka wote kuacha siku ya kupumzika takatifu iliyoanzishwa na Umoja wa Mataifa. Amekataa kufanya kazi yake alitotakiwa kufanya jumamosi. Makanisa yote ya Kikristo pamoja na dini nyingine duniani wanatii sheria mpya. Anavunja sheria kwa kufundisha unabii wa biblia ambao hauna chochote cha kufanya na dunia ya leo."

Mwendesha mashitaka sasa alianza kuwasilisha hoja yake. Umesikiliza vizuri, presha yako ilipanda kutokana na mawazo yake ya kimakosa na kinachoitwa "ushahidi". Unataka kuingilia, lakini huwezi; moyo wako unadunda haraka, na unataka kulia. Wanajaribu kufanya nini? Kukufanya wewe kuwa mmoja wa wahalifu? Umeishi maisha ya ukweli, maisha ya uchapa kazi kwa miaka yote hii, lakini unatafsiriwa kama mtu wa chini zaidi. Una ufahamu wa watu wote waliokaa nyuma yako. Je Ndugu zako wapo kwenye kusanyiko? Wanajua wewe ni mtu wa aina gani kama siku zote ulivyokuwa; wanafikiria nini?

Jaji alihama nafasi yake kwenye benchi na kuangalia chini kwenye nyaraka juu ya dawati lake. Alitangaza, "Biblia inatangazwa tu kama kazi ya fasihi na inamaanisha kusomwa tu kama kitabu cha mashairi na visasili" Alionekana muoga na asiye mvumilivu.

Hatimaye, uliitwa kusimama na kutoa utetezi wako. Unasali kwamba usisahau malaika kwa upande wako, na kwamba utakumbuka ahadi uliyopewa kutoka Luka 21: 12–15: "… kabla ya yote haya, watawakamata, na kuwaudhi, watawapeleka mbele ya masinagogi, na magerezani, mkipelekwa mbele ya Wafalme na watawala kwa ajili ya jina langu. Na hayo tyatakuwa ushuhuda kwenu. Basi kusudieni mioyoni mwenu, kutofikiri kabla ya mtakavyojibu; kwa kuwa mimi nitawapa kinywa na hekima, ambayo watesi wenu wote hawataweza kushindana nayo wala kupinga."

Na ahadi kutoka mathayo 10: 17–20: "Jihadharini na wanadamu: kwa maana watawapeleka mabarazani, na watawapiga katika masinagogi yao; nanyi mtachukuliwa mbele ya magavana na Wafalme kwa ajili yangu, kuwa ushuhuda kwao na kwa mataifa. Lakini hapo watakapo wapeleka, msifikiri jinsi mtakavyosema; maana mtapewa saa ile mtakayosema. Kwa kuwa si ninyi msemao, bali ni roho wa Baba yenu asemaye ndani yenu."

Uliomba kwa maneno ambayo Mungu aliwaahidi kuwapa. Uliongea tofauti ili kila mmoja kwenye chumba cha mahakama aweze kuelewa, "Ninaamini kuwa Yesu Kristo, Mwana wa Mungu, alikuja duniani kuokoa ubinadamu uliopotea, na wakati watu watakapomkubali kama Mwokozi wao na rafiki, watampenda kwa kutii amri zake. Shetani ni kiumbe wa kweli anayemchukia Mungu na kila mtu, na anaangalia kuiba, kuua na kuharibu. Biblia ni ya kweli, kila sehemu yake ndogo, ni kitabu kimoja cha pekee, kilichojikita kwa Yesu Kristo, ambacho kinabadilisha maisha. Kina nguvu ya kuwabadilisha watumia madawa ya kulevya wasio na matumaini, mlevi, katili na viumbe wenye vurugu, kuwa wasafi, wastahimilivu, na raia wazuri. Hakuna mashaka. Hakiwezi kulinganishwa na kitabu kingine kile."

Lakini ulikutana na sauti za makelele kutoka kwa hadhira. Uliangalia wanaokuzunguka. Wote walikucheka, wakikunyooshea vidole, na ni wakati fulani kabla ya utaratibu kurejeshwa. Ni wazi, hawajaona miujiza kama ile ikitendeka, lakini wewe umeona. Hawajawahi kusikia kitu kama hicho; ni kitu ambacho vyombo vya habari havitangazi kwa umma.

Jaji aliangalia kwenye chumba cha mahakama, "Amri!" alilia. Nyundo yake iliamrisha amri lakini ingawa uso wake ulieleza habari nyingine. Haki iliangukia mitaani. Hauna rafiki mahakamani—isipokuwa mmoja. Roho mtakatifu yupo upande wako. Mwana wa Mungu alipitia majaribio kama hayo miaka elfu mbili iliyopita, mengi tu, mabaya zaidi, akimwaga damu yake sehemu yako. Ujasiri wako ulirudi.

Mwishowe, unakutwa na hatia ya uhaini. Umewakosea heshima wanadamu wenzako kwa kukataa kuungana nao kwenye suala la siku gani ya kuwa takatifu, na kwa kukataa kuacha kumfundisha biblia. Kitu kidogo kama hicho ghafla kimekuwa suala la kidunia. Kumekuwa na watu ambao walizungumzia suala hilo kwa miaka bila umati wote kujua. Kanisa la zamani la zama za kati lilibadilisha siku na inaashiria alama ya nguvu yake ya utawala juu ya ufahamu na mioyo ya watu wa ulimwengu. Kiongozi wa kanisa, aliyepewa jina rasmi kama kiongozi wa kisiasa na kiroho wa dini zote na mataifa yote duniani, wameifanya jumapili kama siku ya pamoja ya familia, kuhudhuria kanisani, kupumzika kwa furaha. Unajua sio suala la siku ipi ya kupumzika—ni suala la kuabudu.

Unataka kupayuka, "Mnazijua Amri Kumi! Zilikuwa zinawekwa kwenye ukumbi wa jengo hili!" Jaji alimpa ishara ya kichwa askari mwenye silaha.

Kwa muda gani? Bila shaka ulijua kwamba kifungo kitakuwa kirefu kama itakavyokuchukua wewe kuzoea. Uso wa jaji kwa sasa ulikuwa mwekundu, na kwa sauti ya muungurumo alitangaza kifungo.

Unarudisha mtazamo wake wa kukutisha. Unahitimisha, wakati wanakurudisha kwenye seli yako, kwamba hasira za jaji zinasaliti tu mkanganyiko wake. Wakati unakaa kwenye kitanda chako kigumu, unatumai kwamba Umesema maneno ya bwana. Hata ingawa hawakukupa nafasi ya kutosha kusema kitu chochote, unatumaini ushahidi wako utawaongoza baadhi kwenda kutafuta maandiko (Kama kuna yaliyobaki), maandiko halisi, na kuamua kufuata mafundisho ya Kristo.

Mara kwa mara, walinzi "watakuhoji", kutumia "mahojiano yaliyoimarishwa" ambayo yalitoa taswira ya ukatili uliopita. Unawea kutunza taharifa kuhusu walipo rafiki zako, lakini hali inazidi kuwa ngumu zaidi jinsi unavokuwa dhaifu. Kwa hatua hii haujui hata hivyo. Chakula kinakuja mara moja moja sasa. Unakumbuka mtu fulani Mkristo, aliyefungwa kwa imani yake ikiwa ni nia ya serikali kumuua kwa njaa. Mtu huyo alipewa mlo na paka aliye nje ya gereza ambaye alileta kipande cha mkate kwenye dirisha lililofungwa kila siku. "Ninaweza kubaki muaminifu pia, Bwana, kama utanifanya jasiri," unasema. Ulitumia masaa ya upweke kurudia mistari ya biblia uliyoikumbuka. *Natamani ningekumbuka mingi zaidi*, ulifikiri. Wasiwasi wako mkubwa sio adhabu yako unayoweza kupewa, lakini kama umefanya vya kutosha kushawishi familia yako.

Ujumbe ulikuja kwenye seli yako kwamba Kristo Amerudi. Ulijua kwamba sio Kristo kwasababu maandiko yanafundisha kwamba atakuja kwenye mawingu akiwa na mamilioni ya malaika, kwamba hatogusa ardhi, na kwamba watu wake waanminifu watanyanyuliwa ili kukutana naye hewani. Huyu Kristo wa uongo anatembea duniani, mikusanyiko inamfuata, waandishi wa habari wanamhoji, na dunia yote inafurahi kwamba "Kristo" amekuja. Sauti yake ni mpole; anafanana na yule wa kwenye picha anayening'inizwa kwenye kuta za watu. Huyu anayeitwa "Masiha" Anaponya wagonjwa na wenye shida, hufanya moto ushuke kutoka mbinguni, na anasafirisha watu kutoka sehemu moja hadi nyingine kwa mawimbi ya mkono wake. Aliishawishi dunia yote kwamba anawabariki wote wanaopumzika na kwenda kanisani kwa imani siku ya kwanza ya wiki. Ni yeye aliyeshauri kuondoa kikundi cha chuki kwa usiku mmoja, kwasababu, alisema, "Watu wale ni chanzo cha hasira kali ya Mungu!"

Lakini, kiasi fulani, ulimwengu unaenda kama mwanzo, isipokuwa hali ni mbaya zaidi. Bado kulikuwa na vurugu, vita bado viliua maelfu, na "biashara kama kawaida" ilishika umakini wa wafanyabiashara na wanasiasa.

Punde ujumbe ulitoka kwenye habari kwamba tarehe ya kunyongwa kwenu ilipangwa. Basi ni kwamba umma utakuwa huru kuja kutekeleza adhabu, kwa njia zao wenyewe, kwa wale wanaokataa kutii "sheria". Wasiwasi wako wa kwanza ni kwa mke wako. Yuko wapi? Yuko sawa? Mara zote yeye ni kipaumbele kwenye ufahamu wako. Jumamosi saa sita usiku itakuwa saa ya "kuondolewa". Watu watakuja ndani na silaha zao na kufanya watakachopendelea kwa wahanga wao. Je wale waaminifu wataokolewa kama ambavyo mara zote mmekuwa mkiamini?

Sabato ijayo ilitumika na hisia nyingi mchanganyiko. Uoga kwako mwenyewe na wapendwa wako wote ulitawala mawazo yako na hisia zako; bado furaha na nafuu ilikuwepo ndani kabisa ya nafsi yako.

Unatumai kwamba mkokozi wako wa mtukufu atawasili ndani ya muda, lakini kama asipofika, basi utasema, kama, "Ingawa mwili wangu utaharibiwa na minyoo, lakini pasipokuwa na mwili wangu nitamwona Mungu." Unatumai kwamba umeshatubu kwa kila kitu ulichofanya ambacho ni cha chuki na kibaya-sana. Dhambi na makosa yako yaliyopita, kupuuzia, na ubunafsi unakufanya uzame kwenye maumivu yasokuwa na tumaini. Kisha, muda uliofuata, ulifurahi, kujua kwamba dhambi zako zote ulikiri na kusamehewa, na kwamba wewe ni mali ya mfalme wa wafalme ambaye yuko njiani! Umeweka imani yako kwa mmoja tu ambaye amekuokoa, na ambaye anaweza kukuokoa sasa.

Wakati saa tano ilipofika moyo wako ulidunda.

Ghafla ardhi ilianza kuunguruma. Ulisimama ndani ya seli yako. Je hii yote itaishaje? Punde ngurumo nyingine. Kuta zilianza kuweka nyufa, mageti yaliyofungwa yalijigonga gonga na kuanguka kutoka kwenye bawaba za chuma. Milango ya kusogeza ilijikunja na kuvunjika kutoka kwenye viunzi vyake. Kelele za jazba zilitoka hewani. Walinzi walikimbia hapa na pale. Wafungwa walitoroka na kupanda juu ya kifusi, nyuso zao zilizofifia ziling'aa kwa furaha. Kupitia kuta zizlizovunjika na vyuma vilivyopinda, waliharakisha mtaani, wakigongana na walinzi wao walioogopa wakati wakipanda juu ya kila mmoja kwa uhuru. Unaungana nao, ukijua ukombozi wenu upo karibu. Unaelekea upande ulioona mke wako akiufuata wiki zilizopita.

Yule pale! Unamuona akikimbia kuelekea kwako wakati jengo likianguka nyuma yake. Kumbatio lenu linadumu lakini kwa muda kidogo wakati kuzimu kukifinguka. Raia, wakiwa na silaha zao waliodhamiria uharibifu wako, sasa wanakimbia njia hii na ile, wakipayuka kwa nguvu "Anakuja! Anakuja!" Wengine wakijikunyata, kulia kwa uoga, "Sitaki kumuona! Nifiche!"

Unapiga kelele kwa sauti, "Huyu ni Mungu wetu! Tumemsubiri yeye na atatuokoa!"

Jinsi unavyoingia mtaani, anga linawaka moto. Juu, tukio la kupendeza linachukua pumzi yako; ni sanduku kubwa la dhahabu, sanduku la agano, likionekana mbinguni. Kila mtu aliangalia kwa ukimya uliotulia jinsi sanduku kubwa likiwa na malaika wa dhahabu juu likifunguka kwa wote kuona ndani. Meza mbili za mawe zilinyanyuliwa kwa mikono isiyoonekana kutoka kwenye sanduku ili kila mmoja aone. Amri kumi! Na amri ya nne, inasema tuiache siku ya saba takatifu, ing'ae kwa mwanga laini. Wote waliochukia amri ilewalinywea kwa kutambua ghafla na uoga.

Anga la usiku liliwaka kwa kung'aa, angavu zaidi ya mwanga wa jua. Uliangalia juu, Mfalme wa Wafalme alikaribia karibu zaidi. Yesu, Masiha wa kweli, alikuja kwenye mawingu, akivalia mavazi meupe sana, taji la kung'aa kichwani mwake. Unaona macho yake juu yako na ulisisimka katika mawazo. Tarumbeta zilisikika. Maelfu, ndio, mamilioni ya malaika walimzunguka, wakiimba muziki wa furaha ambao haujawahi kuusikia kabla. Watu wengi walijaribu kujificha na kukimbia, lakini waligandishwa kwenye njia zao kwa taswira ya kushangaza.

Na ghafla nyote mlihisi mkinyanyuliwa juu angani. Na ulipoangalia kuzunguka, wengi, wakiwemo waumini wenzako, walinyanyuka na wewe. Unawaona wazazi wako waaminifu, sasa wakifufuliwa kutoka kaburini. Muungano wa aina gani! Kule chini waovu walipiga kelele wakati miamba na milima ikiwafunika.

Kuna watu wa aina mbili tu sasa.

Lakini hivyo ndivyo jinsi ilivyo mara zote.

Hakuna ardhi ya kati.

HITIMISHO

● ● ● ●

Unabii unaopatikana kwenye maandiko unaohusu siku za mwisho unatimia kwa haraka. Kama maneno ya manabii wa zamani yaliyokuja kutokea kwa wakati unaofaa, na njia inayofaa, matukio ya sasa ya duniani na nchini yanathibitisha kuwa biblia ni ya kweli.

Kwa hiyo kuwa jasiri, msomaji. Jenga ujasiri mpya. Huzuni za sasa zitaisha hivi karibuni. Fanya unayoweza kuwasaidia wengine na jiandae mwenyewe kuishi na Mungu. Jua kwamba shetani ambaye sio muhusika katuni baada ya yote, atapata zawadi yake, pamoja na wote wanaofanya kazi yake.

Na pia jua, kwamba haijalishi sisi ni "wazuri" kiasi gani, hatutofika mbinguni wenyewe. Inahitaji utegemezi wetu juu ya sifa nzuri za Mwana wa Mungu kutufikisha hapo.

Oh, na paka aliyekuwa anapeleka mkate kwenye dirisha la seli alikuwa mali ya msimamizi wa jela na alichukua mikate yake kupeleka kwa mfungwa. Miujiza ianatokea kila siku.

Labda safina iliyoundwa kwa ajili ya Mungu porini haitopatiakana licha ya majaribio mengi ya sasa na yaliyopita. Msiba wa Bethsh-emesh utajirudia mara elfu zaidi. Bwana anajua anachokifanya.

MARA MOJA KWA KILA MTU NA TAIFA

Mara moja kwa kila mtu na taifa huja wakati wa kuamua,
Katika pambano la ukweli na uongo, kwa upande mzuri na mbaya;
Sababu kubwa, Masia mpya wa Mungu, akimpa kila mmoja kuchanua au maradhi,
Na uchaguzi unaendelea milele katika giza lile na nuru ile.
Kisha kuwa upande wa ukweli ni vizuri wakati tukishiriki maganba yake duni,
Kabla sababu yake kuleta umaarufu na faida, na haya mafanikio kuwa haki;
Basi mtu shujaa huchagua wakati mwoga husimama kando,
Hadi umati wa watu uifanye takatifu ile imani waliyokuwa wameikataa.
Kwa mwangaza wa shahidi anayeungua, Kristo, miguu yako inayotokwa na damu tunaifuatilia,
Kufanya kazi kwa kutumia kalivari mpya na msalaba usiorudi nyuma;
Fursa mpya hufundisha majukumu mapya, wakati hufanya mazuri ya kale kuwa mabaya;
Lazima wabaki kwenda juu na kuendelea mbele, ambao watabaki sambamba na ukweli.
Ingawa sababu ya uovu inafanikiwa, lakini ukweli huu pekee una nguvu;
Ingawa sehemu yake itakuwa jukwaa, na juu ya kiti cha enzi kimakosa;
Lakini jukwaa hilo litageuza maisha yake ya baadae, na nyuma ya giza lisilojulikana,
Alisimama Mungu ndani ya kivuli, akiweka ulinzi juu yake mwenyewe.

James Russell Lowell

MAREJELEO YA BIBLIA KWENYE *SANDUKU LA DHAHABU LA MAAJABU*

• • • •

Sura 1: Dunia njia panda—jinsi ilivyoanza
(Mwanzo 3; Isaya 14: 12–14; Ezekieli 28: 13–19; Ufunuo 12: 7–9)

Sura 2: Mkimbizi
(Kutoka 2–20)

Sura 3: Mungu anaonyesha na kusema
(Kutoka 36–40)

Sura 4: Majaliwa yanaendelea
(Hesabu 20: 7–12; Mwanzo 50: 24–26; Hesabu 27: 18–23; Yoshua 3)

Sura 5: Makaa ya mawe yaliyonyakuliwa kutoka kuchomwa
(Yoshua 2, 6; Mathayo 1: 5; Warumi 11: 30–31)

Sura 6: Panya wa dhahabu
(1 Samweli 4–7)

Sura 7: Uzza
(2 Samweli 6: 1–15; 1 Mambo ya nyakati 13, 15)

Sura 8: Ziara
(1 Wafalme 10: 1–13; 2 Mambo ya nyakati 9: 1–12)

Sura 9: Ushauri wakataliwa
(Yeremia 37–39)

Sura 10: Historia kileleni
(Mathayo 27; Marko 15; Luka 23; Yohana 19)

Sura 11: Makuhani wawili
(Mathayo 27: 51; Marko 15: 38; Luka 23: 45; Warumi 8–9)

Sura 12: Kuvunjwa kwa gereza
(Mathayo 28; Marko 16; Luka 24; Yohana 20; Mathayo 24: 44)

Sura 13: Yohana mfunuaji
(Mathayo 20: 20–23; Marko 10: 35–39; Ufunuo 1: 9–10; Ufunuo 11: 19)

Sura 14: Mwanga kwenye giza-Hiram Edson
(Danieli 8: 13, 14, 17; Mambo ya Walawi 16; Isaya 28: 10; Warumi 8–10; Ufunuo 10: 8–11)

Sura 15: Jiwe lililobadilisha maisha ya binti mdogo
(Yoeli 2: 28; Amosi 3: 7; Isaya 8: 20; Ufunuo 12: 17; 19: 10; 2 Mambo ya nyakati 20: 20)

Sura 16: Sheria mbili
(Kutoka 20: 1 Yohana 3: 4; Mambo ya Walawi 1–17; Warumi 9: 13, 14; Ufunuo 22: 14)

Sura 17: Wewe utaishia wapi?
(2 Timotheo 2: 21; Sefania 2: 3; 1 Wathesalonike 5: 2–5; Ufunuo 21: 3; 1 Wakorintho 15: 52)

Tunakukaribisha kutazama uteuzi kamili
wa makala tunazochapisha kupitia:
www.TEACHServices.com

Tunakupa moyo kutuandikia
mawazo yako kuhusu kitabu hiki,
au kitabu kingine chochote tunachochapisha kupitia:
info@TEACHServices.com

Makala za TEACH Services zinaweza kununuliwa
kwa jumla kwa ajili ya kuelimisha, harambee,
biashara au matumizi ya kutangaza.
bulksales@TEACHServices.com

Mwisho, kama unapenda kuona kitabu chako
mwenyewe kwenye machapisho, wasiliana nasi kupitia:
publishing@TEACHServices.com

Tunafuraha kupitia muswada wako bila gharama yoyote.

www.ingramcontent.com/pod-product-compliance
Lightning Source LLC
Chambersburg PA
CBHW070545170426
43200CB00011B/2557